जाणती राणी

महाराणी ताराबाई

रा.वा. शेवडे गुरुजी

मेहता पब्लिशिंग हाऊस

JANATI RANI MAHARANI TARABAI
by R.V. Shevade Guruji

जाणती राणी महाराणी ताराबाई / कुमार साहित्य
रा.वा. शेवडे गुरुजी

© मेहता पब्लिशिंग हाऊस

प्रकाशक
सुनील अनिल मेहता
मेहता पब्लिशिंग हाऊस,
१९४१, सदाशिव पेठ, माडीवाले कॉलनी, पुणे ३०.
℃ ०२०-२४४७६९२४
E-mail : info@mehtapublishinghouse.com
Website : www.mehtapublishinghouse.com

प्रथमावृत्ती
सप्टेंबर, २०१७

मुखपृष्ठ व आतील चित्रे
देविदास पेशवे

ISBN 9789386745408

माझे सौजन्यशील स्नेही

मा. व. न. कणेरकर

महापौर, कोल्हापूर महानगरपालिका

यांच्या परहितबुद्धीस

आदरपूर्वक अर्पण

मात मराठी मातीची

डोक्यावरचा सूर्य थोडासा कलता झाल्यापासून पन्हाळगडच्या छोटेखानी राजमहालात कामकाजाची एकच घाईगर्दी उडाली होती. हकिकती सादर करण्यात येत होत्या. फिर्यादी दाखल केल्या जात होत्या. निकाल जाहीर करण्यात येत होते. इशारे देण्यात येत होते. हुकूम सुटत होते. शिक्षा ठोठावल्या जात होत्या. या साऱ्यांची नोंद करता करता सरकारकुनांची आणि दप्तरदारांची त्रेधातिरपीट उडत होती.

सूर्य मावळतीकडे झुकला आहे, हे ताराऊ मासाहेबांच्या ध्यानी आले. त्या उद्गारल्या,

"पंत, गडकरी, पाटील आपण मंडळी आता या. सांज व्हायला आली. आजचं कामकाज आम्ही आटोपतं घेतो.''

"जशी हुजुरांची आज्ञा!'' साऱ्यांनी उठून नम्रतेने मुजरा केला.

"पण ध्यानात ठेवा,'' ताराऊ मासाहेबांनी परत आठवण करून दिली. "गुजरात, माळवा, वऱ्हाड, विदर्भ, आंध्र, कर्नाटक, खानदेश इत्यादींकडील हकिकती आम्हांस वेळेवर कळायला हव्यात. खजिन्यातील शिल्लक किती आहे ती पाहा. किरकोळ खर्चाला थोडी काढून उरलेली सर्व सैनिकांच्या पगारापोटी रवाना करून खर्ची टाका. पगार थकले असतील, तिकडे आधी ती पाठविण्यास विसरू नका.''

"पण तशी पगाराची मागणी कुणाचीच नाही?'' गडकऱ्यांनी शंका व्यक्त केली.

"मागणी नाही म्हणूनच पगार वेळेवर गेले पाहिजेत. गडकरी, पोटाची भूक फार वाईट असते. प्रजेची लूटमार मोगल करतात, तेवढी पुरे. आपल्या माणसांना ती संधी नको.'' गडकऱ्यांच्या शंकेला मासाहेबांनी योग्य उत्तर दिले. "हो, पण पंत–''

"बोला, मासाहेब, काय आज्ञा आहे?''

"चार दिवस झाले. त्या आलमगिराची काहीच वार्ता आली नाही. हेरांचं बहिर्जी पथक कधीपासून झोपा काढू लागलं?''

"मासाहेब,''

''आलमगिरच अखेरची झोप घेत असेल, तर हेर तरी–''

''मतलब?'' मासाहेब गंभीर झाल्या.

''आलमगिरानं अंथरूण धरलं आहे, अशी अलीकडची बातमी आहे.'' पंत आदराने उद्गारले.

''पंत,'' मासाहेबांचा आवाज चढला. ''त्या नीच कावेबाजानं आपल्या कपटी कारवायांनी भल्याभल्यांची बुद्धी गुंग केली आहे. झोपेचं सोंग ही त्याची नवी चाल कशावरून नसेल? जागरूक राहायला हवं. हेरांना कडक निरोप द्या, की आलमगिराकडची हकिकत आम्हाला निदान एक दिवसाआड तरी कळलीच पाहिजे.''

''मासाहेब,'' पंतांनी खुलासा करण्याचा प्रयत्न केला, ''तसे हुकूम यापूर्वींच गेले आहेत.''

''ठीक. मग बातमी कशी नाही?''

''तेही खरंच. आत्तापर्यंत यायला हवी होती.''

''या आता. उशीर होतोय; पण उद्या सकाळी सूर्योदयानंतर अर्ध्या तासाने दर्शनाला हजर व्हा.''

''जशी आज्ञा.''

पंत, गडकरी, पाटील वगैरे मंडळींनी ताराऊ मासाहेबांना मुजरा करून त्यांचा निरोप घेतला.

सर्व मंडळी निघून गेली आहेत, असे पाहून अंजना आणि वंदना या दोन समानधर्मा आश्रित मराठमोळ्या मैत्रिणी पुढे झाल्या.

अंजना धिटाईने म्हणाली,

''मासाहेब, आज फारच काम केलंत. खूप थकला असाल नाही?''

''पण मासाहेब, कामाचा एवढा ताण आपल्याला सोसवतो तरी कसा?''

वंदनाने री ओढली.

''मुलींनो, धारातीर्थी पडलेल्या दोन शूर मराठा सैनिकांच्या वीरपत्नी तुम्ही. तुम्हाला ही शंका यावी?''

मासाहेबांनी त्यांना जवळ घेऊन म्हटले.

इतक्यात घाईघाईने पहारेकरी आत आला. मुजरा करून नम्रतेने म्हणाला,

''हुजूर, क्षमा करा. हेर हवालदार सर्जेराव आले आहेत. भेट मागत आहेत. काही खास बातमी आणली आहे, म्हणतात.''

''मासाहेब,'' अंजना धिटाईने म्हणाली, ''आता सकाळीच भेटायला बोलवा त्यांना.''

''आणि हेर हवालदारही थकले असतील घोडदौडीनं, त्यांनाही विश्रांतीची गरज असेल.''

''जा गं आता तुम्ही आत. पहारेकरी, हेर हवालदार सर्जेरावांना पाठवून द्या.''

''जी हुजूर.''

हेर हवालदार सर्जेराव घाईघाईने आत आले. त्यांनी वाकून मुजरा केला. बातमीचा खलिता मासाहेबांच्या स्वाधीन करीत ते म्हणाले,

''हुजूर, हा बातमीचा खलिता. चार दिवसांत बातमी देता आली नाही, म्हणून वाईट वाटतं. जिवाचं रान करून वाऱ्याच्या वेगानं घोडा दौडवत मजल-दरमजल करीत आज या संध्याकाळचं हुजूरांच्या पवित्र पायापाशी आलो.''

बातमीचा खलिता स्वीकारून ताराऊ मासाहेबांनी हेर हवालदारास खुशी देऊन रजा दिली. खलिता फोडून त्यातली बातमी वाचताच, त्या बातमीने त्यांच्या अंगात जणू वीज चमकली. तो खलिता उराशी कवटाळून त्या स्वतःशी उद्गारल्या, ''ताराऊ, आज तू धन्य झालीस. जिवाचं सोनं झालं तुझ्या.''

त्यांनी उंच आवाजात पहारेकऱ्यास हाक मारली.

''पहारेकरी!''

''जी सरकार– '' पहारेकरी घाबरत दचकत मुजरा करीत उद्गारला.

''कारभाऱ्यांना सांगा. म्हणावं, ताबडतोब निरोप धाडून पंत, पाटील, गडकरी यांना जसे असतील, तसे बोलावून घ्या.''

राजमहालातून खलबतखान्यातून ताराऊ मासाहेब आत आल्या. वाड्यातल्या स्त्रियांचीसुद्धा एकच धांदल उडाली. बातमी काय आली आहे, ती ऐकायला त्या अतिशय उत्सुक होत्या. इतक्यात बाळराजे धिटाईने पुढे येऊन म्हणाले,

''मासाहेब, दरबारी मंडळींना पुन्हा का बोलावलंत? काय आहे बातमी?''

''राजे, सूर्य मावळला.''

''मग रोजच मावळतो तो.''

''नाही. राजे, नाही. आज मोगली साम्राज्याचा क्रूर, कारस्थानी कपटसूर्य मावळला.''

''म्हणजे?''

''हो! विसरलोच आम्ही. प्रथम आम्हाला मंगलस्नान करायचंय. मग मनोभावे भवानीमातेचं दर्शन घ्यायचंय. तिची करुणा भाकायचीय. हो, दरबारी मंडळी इतक्यात

हजर होतील. राजे, त्यांना काय हवे नको ते पाहा. समजलं?''

''हो! हो! जरुर, मासाहेब, त्याची नको काळजी?''

ताराऊ मासाहेब स्नान आटोपून देवघरात गेल्या. भवानीमातेपुढे हात जोडून त्या म्हणाल्या.

''आई जगदंबे, भवानीमाते; अखेर आज प्रसन्न झालीस तू. पण ही कृपा आता अशीच कायम ठेव हं; पावनगड, वसंतगड, परळी हे किल्ले आम्ही घेतले; पण उरलेले कित्येक किल्ले विजेच्या वेगानं परत घ्यायचे आहेत आम्हाला.''

पुन्हा एकदा देवीला नमस्कार करून त्या उठल्या. वाड्यातल्या साऱ्या स्त्रियांनी त्यांच्याभोवती एकच घोळका केला. विनवणीच्या सुरात त्यांनी विचारले,

''मासाहेब, आम्हाला नाही सांगणार बातमी?''

''का नाही? बातमीच एवढी महत्त्वाची आणि मोठी आहे की, ती आमच्या मनात मावणारच नाही.''

''मग सांगा ना–'' अंजना, वंदना अधीरतेने उद्‌गारल्या.

इतक्यात बाळराजे आत आले. ते म्हणाले, ''मासाहेब, मातब्बर मंडळी आली आहेत.''

ताराऊ मासाहेब लगबगीने बाळराजांसह खलबतखान्यात गेल्या. सर्वांचे आदराचे मुजरे स्वीकारून त्या म्हणाल्या,

''बसा मंडळी! थोडा त्रास दिला. बातमी घेऊन हेर हवालदार सर्जेराव आले आहेत.''

''अस्सं, काय आहे बातमी?'' पंतांनी विचारले.

''सूर्य मावळला.''

''मग त्यात काय विशेष. म्हणून तर मी घरात सायंसंध्या करीत होतो.''

''पंत, आकाशातला सूर्य नव्हे, तर मोगली साम्राज्याचा क्रूर, कपट कारस्थानी कृष्णसूर्य.''

''धरतीवरचा सूर्य?'' मर्म लक्षात येऊन पंत म्हणाले. ''तो पापी औरंग्या बिछान्याला खिळलाय, इतकंच ऐकलं होतं.''

''त्याचं निधन झालं,'' आकाशाकडे टक लावून निश्चयी आवाजात ताराऊ मासाहेब उद्‌गारल्या.

''आलमगीर अल्लाच्या दरबाराला गेला. तो पैगंबरवासी झाला.''

''मग गगनातला चाँद निखळून पडला म्हणा की!'' गडकरी बोलून गेले.

''गडकरी, अहो छप्पन्न चाँद दरबारी बाळगून दिमाखानं मिरविणारा कारस्थानी कपटसूर्य होता हा दिल्लीपती.'' मासाहेबांनी गडकऱ्यांना दुरुस्त केले.

मंडळी परत गेली. दुसऱ्या दिवशी सकाळी लवकर येण्याचे स्मरण द्यायला मासाहेब विसरल्या नाहीत.

आलमगिराच्या मृत्यूची बातमी खलबतखान्यात सामावून राहिली नाही. वाड्यातल्या लहानमोठ्या साऱ्या स्त्रिया ताराऊ मासाहेबांच्या भोवती गोळ्या झाल्या. त्यांनी अधीरतेने, उत्सुकतेने विचारले,

''मासाहेब, त्या दगाबाज, क्रूर, कपटी दिल्लीश्वरांच्या मृत्यूची बातमी आपल्या तोंडून आम्हाला ऐकायची आहे.''

त्यांना शांत बसण्यास सांगून मासाहेब म्हणाल्या,

''बायांनो, मराठमोळ्या वतनदार खानदानी स्त्रिया तुम्ही. मृत्यूनंतर कुणालाच–शत्रूलासुद्धा नावं ठेवू नयेत, हे तुम्हाला कळायला हवं.''

''पण देवाला डोळे आहेत, म्हणून हा सुदिन उगवला.'' एक संतप्त विधवा– सारजा– दातओठ खाऊन म्हणाली.

मासाहेबांचे लक्ष तिच्या बोलण्याकडे नव्हते. त्या स्वतःला जणू हरवून बसल्या होत्या. अनिमिष नेत्रांनी त्या छताकडे पाहत होत्या. मंदमधुर प्रकाशात त्यांचा गौरगव्हाळी चेहरा मोठा खुलून दिसत होता. एकजण धिटाई करून म्हणाली,

''मासाहेब, तुमच्या करारी डोळ्यांत पाणी! गेल्या सात वर्षांत मी आज प्रथमच पाहाते आहे.''

''हो ना,'' दुसरी म्हणाली, ''नी त्या विस्तीर्ण कपाळावरील ताठरलेल्या रेषा आज कशा मऊ पडून मुलायम दिसत आहेत. राजज्योतिष्याला बोलावून जणू त्या वाचायलाच सांगाव्यात.''

''बायांनो,'' भानावर येऊन ताराऊ मासाहेब सांगू लागल्या, ''आलमगिरांच्या मृत्यूची ही घटना आमच्याच नव्हे, तर हिंदवी स्वराज्याच्या दृष्टीनं मोठी परिणाम करणारी ठरणार आहे. नाराजीनं लढणाऱ्या मोगली फौजा आता अधीर होऊन उत्तरेचा रस्ता पकडतील. आलमगिराची मुलं एकमेकांच्या उरावर बसतील.''

''त्यांच्या वंशाची परंपराच आहे ती!'' अंजना पुटपुटली.

''त्यांतल्या एकेकाला गाठून,'' मासाहेब सांगू लागल्या. ''निकालात काढून हिंदवी स्वराज्याचा झेंडा आग्ह्यावर–''

''आग्ग्यावर की दिल्लीवर?'' वंदनाने शंका विचारली.

''आम्हा मराठ्यांचं दैवत, हिंदवी स्वराज्याचे संस्थापक, थोरले युगपुरुष श्री शिवछत्रपती ज्या वाड्यात आलमगिराचे कैदी म्हणून बंदिस्त होते, त्या आग्ग्यातल्या वाड्यावर.''

''होईल! होईल! आता तसंच होईल,'' एक प्रौढा उद्गारली. ''जाधव, शिंदे, माने, घोरपडे, भोसले, त्रिमल यांच्या फौजांच्या हालचाली तेच सुचवितात.''

''आई भवानी करो आणि तुझ्या तोंडात साखर पडो. माझे बाई, आमच्या फौजांनी तसा पराक्रम केला आहे खरा; पण–''

''पण काय मासाहेब, अशा थांबलात का?'' अंजनाने विचारले.

''पुन्हा अशा गंभीर का झालात?'' वंदनाने री ओढली.

''काय सांगू बायांनो, अघटिताचं अप्रूप,'' हृदयातल्या हृदयात ताराऊ मासाहेबांना कुठेतरी जाण जाग आली. त्या सांगू लागल्या, ''आज धर्मवीर भावोजींचा, संभाजी महाराजांचा आत्मा शांत झाला असेल. धनी आता स्वर्गात हसत असतील. आपल्या लाडक्या राणीचं मनोमन कौतुक करत असतील. म्हणत असतील–''

''काय म्हणत असतील?'' अंजनाने विचारले.

''खरंच काय म्हणत असतील?'' वंदनाने विचारले.

''म्हणत असतील की, आलमगिराला उखडून टाकणं आम्हाला, अत्यंत पराक्रमी दादासाहेब महाराजांना जमलं नाही ते एका वीरकन्येनं, वीरपत्नीनं, वीरसुनेनं केलं. युगपुरुष आबासाहेब महाराजांची इच्छा आज पुरी झाली. श्रेय त्यांना नसलं, तरी त्यांच्या शूर सुनेला मिळालं.''

''बरोबर आहे मासाहेब, हे सारं आपल्यामुळेच घडलं,'' अंजनाने आपले मत दिले.

''शिवछत्रपती जसे युगपुरुष, तशा तुम्ही युगस्त्री ठरलात,'' वंदनाने री ओढली.

''बायांनो, माणसानं कधी शेफारून जाऊ नये. नांगरणी, कोळपणी, पेरणी, निंदणी, खुरपणी, राखणी झाल्यावर केवळ कापणी करणाऱ्यानं पिकावर आपला हक्क सांगणं बरोबर नाही.''

''मासाहेब, आपल्या म्हणण्याचा अर्थ आम्हाला नाही समजला.'' सारजाबाईंनी शंका व्यक्त केली.

''शिवछत्रपतींनी आलमगिराला आधी ओळखलं होतं. त्याच्या पिंजऱ्यातून गरूडझेप घेऊन ते दक्षिणेत आले. आलमगिरानं स्वतःचा फार मोठा पराभव मानला हा.''

''खरंच मासाहेब,'' दूर बसलेली वृद्धा द्रुपदा मध्येच म्हणाली. ''आलमगिराच्या समूळ नाशाचं श्रेय शिवछत्रपतींना मिळालं असतं तर?''

''आजही आम्ही तसंच मानतो.'' मासाहेबांचा आवाज चढू लागला. ''की हे त्यांचंच श्रेय आहे. आम्ही निमित्तमात्र. त्यांनी आपल्या अलौकिक कर्तृत्वानं अखिल मराठी माणसाच्या मनात आणि मनगटात जी जिद्द आणि जो जोर ओतला, तोच अजून प्राणपणानं लढतो आहे. छत्रपतींचा हा राज्यासाठी लढा नाही, मराठी माणसाचा त्याच्या अस्मितेसाठी हा लढा आहे. या संघर्षाचा शेवट होईपर्यंत तो सतत जिवंत ठेवण्याचं काम फक्त आम्ही केलं. प्रत्येक सैनिकाला त्याच्या आणि त्याच्या कुटुंबीयांच्या पाठीशी डोळ्यात तेल घालून आम्ही आहोत, असा दिलासा दिला. शिवछत्रपतींच्या इतकंच मानी मराठी माणसानं आम्हाला मायेचं मानलं आणि आमच्या हुकूमतीखाली हिंदवी स्वराज्या-साठी तो मोगली साम्राज्याविरुद्ध लढला. मोगली फौजांनी मराठी मुलुखावर थैमान घातलं. त्यांना ती धड जिंकता आली नाही. जिथं जिंकली, तिथं टिकविता आली नाही. अखेर मराठी माती जिंकली.''

''आपलं म्हणणं अक्षरश: खरं आहे मासाहेब,'' द्रुपदाने समाधान व्यक्त केले.

''या सुवर्णसमयी मला माझा बत्तीस वर्षांचा जीवनपट कसा स्वच्छ नजरे-समोरून सरकताना दिसतो. युगपुरुष आबासाहेब महाराजांचा तो मृत्यू... धर्मवीर भावोजींनी आपल्या बंधुराजांबरोबर आग्रहपूर्वक लावून दिलेलं आमचं लग्न... दादासाहेब महाराजांची आलमगिरांकडून झालेली ती अत्यंत क्रूर हत्या... ती लेकरासकट जाऊबाईंना मराठ्यांच्या महालक्ष्मीला झालेली कैद... धन्यांच्यावर मोगलांची ती सर्वंकष चढाई... त्यांचं वेष पालटून जिंजीकडे झालेलं पलायन... आम्ही समुद्रमार्गे जिंजीस केलेलं प्रयाण... धन्यांचा तो जिंजीचा कारभार... धन्यांसह आमचं महाराष्ट्रात पुन्हा आगमन... आलमगिराविरुद्ध धन्यांनी उघडलेली मोहीम... आम्हाला आलेले वैधव्य... मन मारलं, दुःख गिळलं, जबाबदारी ओळखली, प्राण पणाला लावले, हिय्या करून अनंत हालात अस्मानी सुलतानी संकटं सोसून आलमगिराच्या हल्ल्यांना टक्कर देता देता त्याच्याच मुलुखात गुजरातेत, वऱ्हाडात, तेलंगणात, बुऱ्हाणपुरात आम्ही मांडलेला उच्छाद... अशा रीतीने सतत सत्तावीस वर्ष आम्ही मराठ्यांनी दिलेली ती टक्कर... आणि अखेर मोगलांवर मराठी मातीनं केलेली मात... अशी सारी दृश्यं काल घडल्यासारखी आमच्या डोळ्यांपुढे येत आहेत.''

ताराऊ मासाहेबांनी काही क्षण डोळे मिटून घेतले नि आपल्या विलक्षण स्मृतीने

उभारलेल्या स्वच्छ, स्पष्ट जीवनपटाशी आनंदी मनाने त्या एकरूप झाल्या.

''मासाहेब, मासाहेब!'' अंजना–वंदना एकदम उद्‌गारल्या.

मासाहेबांनी डोळे उघडले. त्या भानावर आल्या आणि म्हणाल्या,

''काय बायांनो?''

''आपण बोललात, त्यातलं फार थोडं आम्ही ओझरतं ऐकलं आहे. तसं म्हणाल, तर माजघरात बसून सोप्याला कान लावून,'' अंजनाने खरे ते सांगून टाकले.

''घरातल्या बायकांना कोण काय सांगणार! बडवा भाकऱ्या नि पोसा पोरं, असलं आमचं जिणं,'' वंदनाने री ओढली.

''मासाहेब,'' आता सारजाला अवसान चढले, ''एकदा बघितलं, धन्याची तलवार उचलती का, तर आली सासू पोळपाट-लाटणं घेऊन. लाटणं बसलं पाठीत नि पोळपाट आलं हातात. म्हणून मासाहेब, आपण आम्हाला सांगाल कधीतरी आपली जीवनकहाणी उलगडून?''

''कधीतरी का? आजच– आता या रात्री.''

ताराऊ मासाहेबांनी साऱ्यांनाच आश्चर्याचा सुखद धक्का दिला. त्या पुढे म्हणाल्या,

''तेवढंच माझं मन मोकळं होईल नि घटकाभर शांत झोप लागेल. उद्यापासून नव्या जोमानं, नव्या उत्साहानं, नव्या तयारीनं कामगिरीवर जायला आम्ही तयार होऊ. मोगलांच्या ताब्यातले आमचे किल्ले परत मिळविण्याची नामी संधी आजच्या-सारखी दुसरी नाही. तो विशाळगड, तो अजिंक्यतारा आमच्या स्वराज्यात सामील करायला आम्ही कशा उत्सुक झालो आहोत, अधीर झालो आहोत.''

वाड्यातल्या सगळ्या लहानथोर मराठ-मोळ्या स्त्रिया एकत्र जमल्या. ताराऊ मासाहेबांनी, मराठ्यांच्या भद्रकालीने, त्या रणरागिणी रामराणीने आपली अलौकिक जीवनकहाणी मुक्त मनाने त्या रात्री सांगितली. जिवाचे कान करून ती साऱ्यांनी ऐकली. जणू अमृतकुंभात स्नान केल्याचे परमपवित्र पुण्य साऱ्यांनी पदरी बांधून घेतले.

म्हणून इतिहासप्रेमी किशोर– किशोरींनो, त्या भद्रकाली रामराणीची, मोगलमर्दिनी महाराणी ताराबाईची, स्वातंत्र्य सौदामिनीची, मराठ्यांच्या रणरागिणीची चरितकहाणी त्यांच्याच तोंडून आपण ऐकू या, आणि प्रेरणा घेऊन मिळणारी शिकवण यथामती नि यथाशक्ती जीवनात आणण्याचा प्रामाणिक प्रयत्न करू या.

रा.वा. शेवडे गुरुजी

बहलोलखानचं पारिपत्य करताकरता नेसरीच्या खिंडीत सरसेनापती प्रतापराव गुजर यांना आपल्या साहाय्यक सहा शूर सरदारांसह अनपेक्षितपणे वीरमरण आले. शिवछत्रपतींच्यासह एकजात मराठी माणूस हळहळला. शिवछत्रपतींनी सैन्यातील तगड्या पराक्रमी वीरांचा शोध घेतला आणि सेनापती पदावर बाबांची त्यांनी 'हंबीरराव' अशी मानाची पदवी देऊन करून सन्मानाने नेमणूक केली. बाबा पराक्रमी होते, त्याहूनही निष्ठावान होते. छत्रपतींनी हुकूम सोडावा आणि बाबांनी तो प्रसंगी जीव धोक्यात घालून तंतोतंत अमलात आणावा. शंभू महादेवाच्या कृपेनं नि शिवछत्रपतींच्या आशीर्वादानं बाबांच्या वाट्याला अपयश म्हणून कधी आलंच नाही. बाबा कल्पना नसतानाही सरसेनापती झाले. शिवरायांच्या सावलीत, मर्जीत, आज्ञेत ते अहोरात्र राहू लागले.

रायगडावर शिवरायांना राज्याभिषेक झाला. अष्टप्रधान मंडळात तलवारीला लिंबू लावून सरसेनापती म्हणून बाबा मिरले. छत्रपतींनी दक्षिण दिग्विजयाची आखणी केली. त्या सुमारास तळबिडात माझा जन्म झाला. बारसं थाटात झालं. सेनापतींची कन्या ना, मग काय कमी!

मी लहानाची मोठी होऊ लागली. बाबा स्वाऱ्यांच्या निमित्तानं बाहेरबाहेरच असत. मधूनमधून सणावाराला येत, तेव्हा माझं कौतुक करीत साऱ्यांना सांगत, हिची काळजी घ्या. माझ्या या एकुलत्या एक लाडकीला घोड्यावरून फिरवून आणा. घोड्यावर बसायला शिकवा. भाला, बर्ची, तलवार, लाठी, काठी–बोथाटी चालवायला शिकवा. पुरुष स्वारीवर असताना शत्रू चालून आला, तर बायकांना आपलं रक्षण करता आलं पाहिजे. प्रसंगी घर लढविता आलं पाहिजे. क्रूरपणाला शूरपणानं उत्तर देता आलं पाहिजे.

मी पाच वर्षांची झाले आणि लगाम धरून तोल सावरून घोड्यावर बसायला शिकले. लाठी फिरवू लागले. मला गंमत वाटायची. नको नकोसंही वाटायचं; पण बाबांना विरोध कोण करणार? बाबा अधूनमधून आले की, त्यांचं सारखं सुरू असायचं 'बायकांनी लढायला शिकलं पाहिजे.' बाबा सांगतात ते ऐकावं, तस्सं करावं. त्यांना खूष ठेवावं, असे वाटे. मला गोडी लागली. माझ्यासाठी छोटी छोटी शस्त्रं बनवून आणली होती. ती घेऊन मी उड्या मारू लागले. नाचू लागले. दंगामस्ती करू लागले. खोटंखोटं दुसऱ्याच्या अंगावर खबरदारीचा इशारा देत धावून जाऊ लागले. बाबा असले की प्रेमाचा, कौतुकाचा, नुसता पाऊसच पडे.

तो दिवस मला आठवतो. सकाळी लवकर बाबा उठले. स्वारीच्या तयारीत घोड्यावर

बसले. रक्षक शिलेदार आधीच सूचनेप्रमाणे तयार झाले होते. इतक्यात आठवण होऊन बाबा म्हणाले,

"ताई कुठं आहे?"

"झोपलीय," आई उत्तरली, "पोर खेळूखेळून दमते म्हणून उठवली नाही."

"उठवा उठवा तिला. मोठी गुणाची पोर आहे माझी. तिचं प्रसन्न मुख पाहिलं की हत्तीचं बळ येतं आमच्या मनगटात. का होतं असं कळत नाही; पण होतं एवढं खरं. तिचं तोंड बघितल्याशिवाय आम्हाला जय कसा मिळणार? आमचा जय म्हणजे शिवछत्रपतींचा जय– स्वराज्याचा जय."

बाबाच्या या किंचित विनोदावर सगळे हसले. मी उठले, नव्हे मला उठवण्यात आलं. डोळे चोळत चोळत बाहेरच्या चौसौपी चौकात आले. मला उचलून जवळ घेत बाबा म्हणाले,

"येतो आम्ही. पोरी, चालू द्या तुझं जोशात घोड्यावर बसणं आणि भाला-बर्ची फेकणं." आईकडे पाहत ते म्हणाले, "आता दोन महिने तरी यायला होणार नाही. साऱ्यांनीच सांभाळा."

आईनं बाबांना ओवाळलं. बाबा बाहेर पडले. हिंदवी स्वराज्याचा भगवा झेंडा बाबांच्या भीमथडी तगड्या घोड्यावर मोठ्या डौलानं फडकत होता.

सारी माणसं आपापल्या उद्योगाला लागली. शेतकरी शेतावर गेले. कामकरी कामात मग्न झाले. बायका घरच्या उद्योगाला लागल्या. असे दोन-तीन तास निघून गेले असतील-नसतील.

तळबिडच्या शिवेकडून घोड्यांच्या टापांचे टपटप आवाज ऐकू येऊ लागले. लोकांना शंका आली, ही कुणाची घोडदौड? सरसेनापती हंबीरराव मोहिते बाहेरगावी गेलेले यांना ठाऊक नाही का?

इतक्यात वर्दी आली. सेनापतीच परत येत आहेत. काही विसरलं असावं. वाड्यात एकच धांदल उडाली. दोन महिने तरी येणार नाही, असं सांगून गेलेले सेनापती दोन तासांतच कसे परतले? साऱ्यांची मती गुंग झाली. शंकाकुशंका काढण्यात थोडा वेळ गेला नाही; तोच बाबा वाड्याच्या दारात चार रक्षक शिलेदारांसह दत्त म्हणून उभे राहिले. भगवा फडकत नव्हता. रक्षक शिलेदारांच्या माना खाली झाल्या होत्या. मी बाबांकडे पाहिले. त्यांच्या विशाल तेजस्वी नेत्रांतून सतत अश्रुधारा वाहत होत्या. त्यांच्या चेहऱ्यावरच्या निश्चयी वीरश्रीची जागा दारुण कारुण्याने घेतली होती. उमदे घोडे दावणीला बांधले गेले. आत बाबा ओसरीवरून सोप्यावरच्या बैठकीवर खिन्नपणे बसले. वाड्यात एकच हलकल्लोळ माजला. बाबांना त्यांच्या दु:खाचे कारण विचारण्याचं धाडस कुणालाही झालं नाही; कारण शोकसागरात बाबा स्वत:ला हरवून बसले होते. आई त्यांच्याशेजारी उभी होती; पण तिच्याकडे बाबांचं लक्ष नव्हतं. आजीनं धाडसानं बाबांच्या पुढ्यात मला हळूच सोडलं. मला पाहून बाबा भानावर आले. मला जवळ घेऊन आढ्याकडे पाहत बाबा म्हणाले,

"हे असं कसं झालं! हे असं का झालं!"

"काय झालं?" आईनं धाडस करून विचारलं, "एवढा शोक का करता?"

"रायगडावर महाराष्ट्राच्या तारणहाराचं शिवछत्रपतींचं निधन झालं!" आवंढा गिळतगिळत कसेबसे शब्द बाबांच्या तोंडून बाहेर पडले. या उद्‌गारांनी प्रथम आमचा वाडा आणि मग सारं तळबीड शोकात बुडून गेलं. साऱ्या मंडळींच्या शोकावेगाला पारावार उरला नाही. हे दृश्य दिसताच थोडं मन घट्ट करून बाबांनी स्वत:ला सावरलं. ते इतरांना धीर देऊ लागले. ते आईला म्हणाले,

"आता पुरे. आम्हास त्वरित रायगडावर जावं लागेल. तयारी करा."

रक्षक शिलेदार तयार होऊन आले. बाबांनी साऱ्यांचा निरोप घेतला. त्यांनी मला जवळ घेतलं. माझ्या केसांतोंडावरून हात फिरविला. कंठ दाटल्यामुळे त्यांच्या तोंडून शब्द फुटत नव्हता. आजी पुढे झाली नि म्हणाली,

''माझं एक ऐकता का?''

''सांगा. आता कुणाचंही ऐकण्याची आमची तयारी आहे. आमचा कान पकडून ऐकायला लावणारे परमेश्वरासारखे छत्रपती शिवराय तर निघून गेले-''

''असं नका बोलू. माझं ऐका. पोरीला बरोबर न्या. ताई जवळ असली, म्हणजे शुद्ध हरपत नाही तुमची. पोर राहील, याची मी खात्री देते. ती धीट आहे, तशी लाघवी आहे.''

अशाही परिस्थितीत बाबांच्याबरोबर जायला मिळणार, म्हणून मला बरं वाटलं.

मला बाबांनी बरोबर घेतलं नि मजल-दरमजल करीत आम्ही रायगडाच्या पायथ्याला आलो. ती रायगडाची बिकट चढण, तो डोंगराळ मुलूख; पण शिवसेनापतींना आणि शिवसैनिकांना त्याचं काय? हा हा म्हणता रक्षक शिलेदारांसह आम्ही रायगड गाठला.

रायगडची मातब्बर मंडळी बाबांची जणू वाटच पाहत होती. बाबांना पाहताच साऱ्यांना शोक अनावर झाला. प्रधान मंडळांनं माना खाली घातल्या होत्या. सोयराआत्यांना रडू आलं. नववधू जानकीबाई आणि लाडके पुत्र रामराजे यांना त्यांनी जवळ घेतलं होतं. शंभूराजे दूरवर अतिशय दुःखानं स्वतःला हरवून बसले होते. इतरांचे सांत्वन करून बाबा शंभूराजांच्या जवळ गेले. त्यांना त्यांनी जवळ घेतलं. त्यांच्या पाठीवरून मायेनं हात फिरवीत बाबा म्हणाले,

''भावी छत्रपतींना हा शोक शोभत नाही.''

''पण मामासाहेब-''

''काही बोलू नका. संतांप्रमाणं शूरांनींही शोक गिळायचा असतो. चला, युगपुरुषाच्या भस्म झालेल्या देहाचं आम्हाला दर्शन घ्यायचंय.''

शिवप्रभूंच्या दहनभूमीवर आम्ही आलो. एका मोठ्या चिऱ्याच्या आडोशाला एक पणती मिणमिणत होती. त्या ज्योतीत जणू छत्रपतींनी बाबांना दर्शन दिलं. बाबांनी कमरेची तलवार म्यानातून बाहेर काढली. ती चितेजवळ ठेवली. चितेच्या भस्माचा टिळा त्यांनी प्रथम तलवारीच्या पात्याला लावला, नंतर शंभूराजांच्या कपाळी लावला, मग स्वतःच्या नि माझ्याही कपाळी लावला. शंभूराजे गहिवरून म्हणाले,

''मामासाहेब, मतलब?''

''मतलब उदंड नि अंगाऱ्याचं तेजही उदंड. शिवाईच्या कृपेनं जन्माला आलेले,

रोहिडेश्वरी स्वराज्याची शपथ घेणारे, अवघ्या पंधराव्या वर्षी तोरणा सर करून स्वराज्याचं तोरण बांधणारे, अफझलखानाला जावळीच्या जाळीत खेचून आणून प्रतापगडाच्या पायथ्याशी महाप्रताप गाजविणारे, धाडसानं भर अंधाच्या रात्री शाहिस्तेखानाच्या गोटात शिरून त्याला धाक घालणारे, पुरंदरच्या तहानं खचून न जाता आग्र्याला; शंभूराजे तुमच्यासोबत जाणारे, आग्र्यातून कुशलतेनं परत महाराष्ट्र देशी गरुडझेप घेणारे, स्वतःला राज्याभिषेक करवून घेऊन स्वकीयांना दिलासा देणारे, परकीय साम्राज्य वाढविणाऱ्यांना खबरदारीचा इशारा देणारे, युगपुरुष शिवछत्रपती यांच्या भस्मीभूत देहाचा हा अंगारा म्हणजे मूर्तिमंत वीज आहे वीज–''

शंभूराजे एकाग्र मनानं ऐकत होते. बाबा पुढे सांगू लागले,

''ही वीज, राजे, तुमच्यात संचारू द्या. आमच्यात संचारू द्या आणि ही माझी लाडकी लेक ताई हिच्यात संचारू द्या; कारण बायकांना आता केवळ बायका राहून चालणार नाही.''

शंभूराजे कौतुकानं मजकडे पाहू लागले. ते बाबांना म्हणाले,

''मामासाहेब, आपल्या इच्छेप्रमाणं आम्ही करू. आपल्या आज्ञेबाहेर आम्ही नाही. आपल्या बोलांनी म्हटलं–''

''काय वाटलं राजे?''

''आमचं कुणी तरी आहे या जगात. आम्ही पोरके नाही.''

''राजे, हिंदवी स्वराज्याचं शिखर गाठायला गेलेले शिवछत्रपती मध्येच आटोपले. आता ते शिखर तुम्हाला गाठायचेय. ध्यानात धरा. काय झालं नि कसं झालं, याचा विचार करू नका. विचार केवळ उद्याचा करा. अंदाज भविष्याचा धरा. त्यात काही काळंबेरं दिसलं, तर त्याला जुमानू नका. कारण–''

''होय मामासाहेब, आम्हाला तुमच्या सोबतीनं हिंदवी स्वराज्याचं शिखर गाठायचंय. आबासाहेबांच्या आत्म्याला शांती देण्याचा तो एकच मंगल मार्ग आहे. त्यानुसार आम्ही चालू.''

''शाब्बास शंभूराजे, आता तुम्ही उद्याचे छत्रपती शोभता.''

प्रधान मंडळासह आम्ही सर्व रायगडाच्या राजवाड्यात परतलो.

तळबिडात मी लहानाची मोठी होऊ लागले. रीतीरिवाजाप्रमाणं मी साडी नेसायला आठव्या वर्षी सुरुवात केली. ती जरीकाठी साडी सावरतासावरता प्रथम मला नाकीनऊ येत. तरीही माझ्या सैनिकी शिक्षणात खंड पडत नव्हता. मी त्यात गोडी घेतली होती आणि कौतुकास्पद प्रगतीही केली होती. माझ्या या शिक्षणाकडे बाबांचं कटाक्षानं लक्ष असे. आता एक पुराणिक रामायण-महाभारताच्या गोष्टी सांगण्यासाठी नित्य नेमानं रात्री येऊ लागले. मोठे हुशार होते ते पुराणिक. त्यांची वाणी मोठी रसाळ होती. वाड्यातल्या सगळ्याच बायका भोजन आटोपल्यावर कथा ऐकायला बसत. मी तर जिवाचे कान करून ऐके. मनात येई-संकटं, वनवास सीता-सावित्रींना चुकलेला नाही, द्रौपदी-दमयंतींना चुकला नाही. रावणाचा पाडाव करून चौदा वर्षांनी राम अयोध्येला आला. पांडवांचा तर कौरवांनी, त्यांच्या स्वकीयांनी छळ केला. प्रसंगी वाट चुकलेल्या आपल्या आप्तांना नष्ट करून पांडवांनी स्वतःचं, सत्याचं, सत्त्वाचं रक्षण केलं. एक वर्ष अज्ञातवासातही काढलं त्यांनी; पण शेवट गोड झाला. असत्याला, अन्यायाला मिळालेलं यश क्षणिक नि फसवं असतं. सत्याच्या स्थापनेसाठी न्यायाला सामर्थ्याची जोड असायला हवी, असं तेव्हापासून मला वाटू लागलं.

साडी नेसून बरोबर पवित्रे टाकून मी करीत असलेला सैनिकी शिक्षणाचा सराव हा साऱ्या तळबिडात एक चमत्कार गणला जात होता. कथाश्रवणांतून मन आणि कठोर कवायतीतून शरीर तेजस्वी आणि समर्थ बनत चाललं होतं. वाड्याच्या भव्य चौसोपी चौकात आमच्या लुटुपुटीच्या चढाया नि लढाया चालत.

त्या काळात बाबा लढायात आणि राजकारणात इतके मग्न असत की, त्यांना तळबिडाचा जणू विसरच पडे. जेव्हा ते स्वारीवर नसत, तेव्हा रायगडावर असत. रायगडावर म्हणे, महाभारत घडलं होतं. कुणी काही बोलत नसत. सारे कसे चिडीचूप असत.

कित्येक महिन्यांनी बाबांचे पाय तळबिडास लागले. कित्येक वर्षांत बाबा इतके प्रसन्न, सुखी नि समाधानी दिसले नव्हते. बाबा अलीकडे फार तुटक वागत. मग आई त्यांच्याशी फारच कमी बोले. आजीनं धाडस केलं नि विचारलं,

''फारच खुशीत दिसताय आज!''

''अवश्य! का नाही?'' छाती फुगवून बाबा उत्तरले.

''पण याचं कारण काय?'' आजी पुन्हा म्हणाली.

''आमच्या ताईचे हात पिवळे होणार,'' बाबा दिलखुलास हसले.

''म्हणजे?'' आजीला कोडंच पडलं.

''अहो, तिला मागणी आली आहे नि आम्ही पार होकार देऊन मोकळे झालो आहोत.''

''हे काय विचित्र?'' आईचं कन्याप्रेम उसळून आलं. ''आम्हाला सांगितलं नाहीत. आमचं मत घेतलं नाहीत. जणू आम्ही कुणी नव्हेच. अहो, लगीन म्हणजे काय सोंगट्यांचा डाव आहे का राजकारणाचा खेळ आहे गुपचूप खेळायला?''

''ताईच्या आई, तुम्ही अगदी वेड्या आहात. अहो, लग्नानंच मोठमोठी राजकारणं साधली जातात,'' बाबांनी खुलासा केला.

''ती कशी काय?'' आजीची उत्सुकता जागी झाली.

''आता ताईचंच पाहा,'' बाबा समजावून सांगू लागले, ''शंभूराजांनी रामराजांच्यासाठी ताईला मागणी घातली.''

''शंभूराजांनी? हे दोन भाऊ एक कधी झाले?'' आईलाही कंठ फुटला.

''ते दोन होते केव्हा?'' बाबांनी साऱ्यांना निरुत्तर केलं; ''पण लोकांना तसं वाटायचं. ती शंका दूर करण्यासाठी रामराजांचं लग्न ते ताईशी करू इच्छितात. मग आहे की नाही राजकारण?''

''पण त्यांना दुसऱ्या मुली दिसल्या नाहीत का?'' आजीनं अचूक शंका विचारली. ''आमच्या ताईचीच निवड का केली?''

''कसं बोललात! अहो, त्यातही आहे एक राजकारण!''

''ते कोणतं बाई?'' आईला विचारावंसं वाटलं.

''सेनापतीशी नातं जोडलं म्हणजे आपोआपच सेनापती राजाशी–राज्याशी एकनिष्ठ राहातात.''

''हे नव्हतं बाई आमच्या ध्यानात आलं!'' आई-आजी एकदम उद्गारल्या.

''शिवाय–'' बाबा थांबले.

''शिवाय काय?'' आईनं विचारलं.

''या सोयरिकीनं शंभूराजांना मन:शांती मिळणार आहे,'' बाबा नवं काही तरी बोलू लागले.

''ती कशी काय?'' आजीला शंका आली.

''शिवछत्रपतींच्या निधनसमयी शंभूराजांना आकसबुद्धीनं दूर ठेवण्यात आलं. रामराजांच्या पहिल्या लग्नाची गंधवार्ताही त्यांना कुणी लागू दिली नाही. भाबडा पोर रायगडाला गेला, तेव्हा दिल फाटून गेलं होतं त्याचं. आम्ही धीर दिला त्यांना. आम्ही

समजावलं त्यांना नि भोळ्याभाबड्या, सरळ मनाच्या शंभूराजांनी मानलंही आमचं. झालं-गेलं विसरून गेले ते. काही काही मनात ठेवलं नाही त्यांनी; पण–'' बाबांना, भावनावेग अनावर झाला.

''पण काय?'' आजी म्हणाली.

''भांडणात एकानं विसरून चालत नाही.'' बाबा अनुभवाचे बोल बोलू लागले. ''सोयराक्का महत्त्वाकांक्षी, पाताळयंत्री नि महाकारस्थानी. एका विषप्रयोगातून शंभूराजे बचावले–''

''काय विषप्रयोग?'' आईचं अंग थरारलं.

''होय, विषप्रयोग!'' बाबा गंभीर झाले. ''पुन्हा आम्ही त्यांना सावरलं. क्रोधाच्या निखाऱ्यावर विवेकरूपी जल शिंपडलं; पण कालांतरानं तसलाच दुसरा कट-''

''अगंबाई,'' आजी घाबरून गेली. ''नि मग काय झालं?''

''सिंहाचा छावा अनावर झाला. कटाची पाळंमुळं खणून काढण्याचा शंभूराजांनी जणू चंग बांधला. मग त्यांना आम्ही कसं आवरणार. आम्हीही सांगून टाकलं–''

''काय सांगून टाकलंत आपण?'' आईची उत्सुकता पराकोटीला पोहोचली.

''आम्ही स्वच्छ सांगितलं. 'राजे, पायात वळवळणारे साप ठेचून काढल्याशिवाय स्वराज्याचा मार्ग सुरळीत होणार नाही. स्वराज्याला बळकटी येण्यासाठी प्रसंगी कठोर मार्गाचा अवलंब करावा लागतो.' ''

''मग असं घडलं म्हणायचं, रायगडावर सारं महाभारत!''

''होय! म्हणूनच राजारामाचं लगीन लावून स्वत:ला मन:शांती मिळवायची आहे शंभूराजांना. रामराजांच्यावर शंभूराजांचा प्रथमपासूनच जीव; पण रामराजांचा अधिक विश्वास संपादन करायचं मनानं घेतलं आहे त्यांच्या आणि–''

''आणि काय धनी?''

''तुमच्या वन्संच्या संपूर्ण नाशाचं परिमार्जन शंभूराजांना आमच्या ताईला रामराजांची रामराणी बनवून करायचं आहे!''

–आणि मग असंच एके मंगल दिवशी याच पन्हाळगडावर आमचं शुभमंगल झालं, नि ही तुमची त्यावेळची अल्लड, खेळकर, खोडकर ताई रामराजांची रामराणी ताराबाई झाली.

आमच्या चौदा वर्षांच्या मानानं आम्हास फार समजतं, असा समज कौतुकाच्या भरात धन्यांनी स्वत: करून घेतला होता. ते चारचौघांत तसं बोलून दाखविण्यासही कमी करत नसत. येसूबाई राणीसाहेबही तसं म्हणायच्या, तेव्हा तर मी संकोचानं गुदमरून जायची.

तरीही मला वाटे–

विश्वामित्राच्या यज्ञरक्षणासाठी राम-लक्ष्मण गेले, तेव्हा ते केवढे होते? कंसमर्दनासाठी राम-कृष्ण मथुरेला गेले तेव्हा ते केवढे होते? अभिमन्यूनं चक्रव्यूहात उडी घेतली तेव्हा तो केवढा होता? अढळपदासाठी ध्रुवानं तपश्चर्या केली, तेव्हा तो केवढा होता? फार कशाला, श्री शिवछत्रपतींनी तोरणा जिंकून स्वराज्याचं तोरण बांधलं आणि तोरणजाईची मुक्तता केली, तेव्हा ते केवढे होते? दुबळ्यांनी या पराक्रमी पुरुषांना देवांच्या पंगतीत घातलं नि आपल्या दुबळेपणाची सोयीस्करपणे सोय लावून घेतली.

शिवछत्रपतींच्या निधनापासून हिंदवी स्वराज्यावर एकामागून एक जबरदस्त आघात होत असता खडबडून जागा होत नाही तो मराठा कसला?

आघात? होय! जबरदस्त आघात!

गरुडझेप घेणारा गरुड गतप्राण झाला. आता चुटकीसरशी मराठी राज्य मातीला मिळवीन, अशी समजूत करून घेऊन आलमगीर प्रचंड फौजेनिशी दक्षिणेत उतरला.

घरच्या मामल्यांचा तडकाफडकी बंदोबस्त करून शंभूराजांनी मोगलांचा जो समाचार घेतला, जी कडवी लढत दिली, ती कुणालाही आश्चर्य वाटावं अशी. त्यात त्यांना बाबांनी– सेनापती हंबीररावांनी– जी साथ दिली, तिला तोड सापडणे कठीण. या सिंहाच्या छाव्याला वरचेवर समजवावे लागे. ते कठीण काम चार भिंतींच्या आत महाराणी येसूबाईंनी केले, तर रणांगणावर आणि राजकारणाच्या पटावर बाबांनी केलं.

महाराणी येसूबाई, मराठ्यांची मायमाउली प्रती जिजाऊ! त्यांच्या संस्कारशील व्यक्तिमत्त्वाच्या धाकात शंभूराजे सुतासारखे सरळ असत. पत्नीची प्रत्येक गोष्ट ते मानीत. त्या माउलीनंही शिर्के मारले गेले असतानाही पतीला प्रतिपरमेश्वर मानून सदैव साथ दिली. शंभूराजांचं संशयानी गढूळ झालेलं मन स्फटिकाप्रमाणं त्यांनी स्वच्छ केलं.

मला तर महाराणी येसूबाई म्हणजे आईच वाटत; पण बाबा विजापुरच्या रुस्तमखानाबरोबर लढतालढता धारातीर्थी पडले आणि मराठेशाहीचा एक मोलाचा मोहरा ऐन मोक्याच्या वेळी गळून पडला नि शंभूराजांची जणू उमेदच खचली.

तरी शंभूराजांनी स्वतःला सावरलं; कारण प्रसंगच तसा बाका होता.

पण म्हणतात ना? संकटं आली, की एकामागून एक येत राहतात. बाबांचा आधार तुटताच शंभूराजे कबजींच्या ताब्यात अधिक राहू लागले. व्यग्र बनू लागले. त्यांच्या हातून एक भयंकर चूक झाली. खेळण्याहून रायगडाकडे जाताना शत्रूचा त्यांनी योग्य मागोवा घेतला नाही. ही गाफिली त्यांच्या अंगाशी आली. ते निजाम हैदराबादींच्याकडून पकडले गेले. अत्यंत क्रूरपणे त्यांची हत्या करण्यात आली; पण दरबारात औरंगजेबाच्या कसल्याही आमिषाला धीरवीर शंभूराजे बळी पडले नाहीत. आपल्या जिवंतपणी त्यांनी हिंदवी स्वराजाची सेवा केली, त्याहूनही अधिक त्यांनी आपल्या हौतात्म्यानं केली.

एकजात सारा मावळमराठा खडबडून जागा झाला. आपापसातील हेवेदावे विसरला. संताजी घोरपडे, धनाजी जाधव, खंडो बल्लाळ, चिटणीस, रामचंद्रपंत, येसाजी कंक, चांगोजी काटकर रायगडावर एकत्र आले. सुडाने पेटून बादशहाला सळो की पळो करून टाकण्याच्या प्रतिज्ञा खणखणू लागल्या. संताजी म्हणाले,

"छत्रपतींच्या तेजानं आणि स्वराज्याच्या निष्ठेनं तळपणारी ही माझी तलवार एके दिवशी आलमगिराच्या अंतःकरणात धडकी निर्माण केल्याशिवाय राहणार नाही.''

महाराणी येसूबाईंनी त्यांना सावरलं. त्या म्हणाल्या,

"तुमच्या पराक्रमाची, निष्ठेची कुणी शंका घेणार नाही; पण वेळ पाहा. मराठी राज्य धोक्यात आहे. याचा डोक्यानं विचार करा आणि औरंगजेब तलवारीनं नव्हे, तर डोक्यानं

लढतो आहे, हे विसरू नका. सामदामाशिवाय दंडभेदाचा तो विचार करीत नाही. धनी काही कमी पराक्रमी नव्हते; पण गाफिली नडली. परमप्रतापी सेनापती प्रतापराव म्हणजे मूर्तिमंत प्रतापच होते ना? पण नडलं ते सुडाचं सैरभैर डोक्यात घोंघावणारं वारं. डोकं थंड ठेवलं नाही आणि सेनेला हुकूम गेले नाहीत.''

रामराजे पुढे झाले आणि म्हणाले,

''वैनीसाहेब, आपला या परिस्थितीवर काय सल्ला आहे?''

''राजे,'' येसूबाई निश्चयाने सांगू लागल्या, ''काळ तर मोठा कठीण आला आहे; पण धीर धरल्यास शिवकृपेनं तरून जाता येईल. शेवट गोड होईल.''

''पण तो कसा?'' रामराजांनी आतुरतेनं विचारलं. ''आपण मराठ्यांच्या मंगल माउली आहात. बालशिवाजी आमचे छत्रपती आहेत!''

''राजे, मन आवरा,'' येसूबाईचा कंठ दाटून आला. ''धन्यांच्या वधानं मोगल चेकाळून जाईल. त्यांचे चौफेर हल्ले होतील. वक्रदृष्टी तुमच्यावर राहील. आमच्यावर नाही. बालशिवाजी आलमगिराच्या खिजगणतीतही नसतील आणि स्त्रीशक्ती ओळखायला मोगलांना काही शतकं उलटावी लागतील.''

''मग आमच्यासाठी आपला काय सल्ला आहे?'' खंडो बल्लाळ अदबीनं म्हणाले.

''राजमंडळी विखुरली पाहिजेत. आम्ही रायगडावर राहू. आमची काळजी नको. रायगड हाच आमचा सेनापती आणि रायगड हीच आमची सेना. रामराजांनी ताराऊ आणि राजससह प्रतापगडी जावं. शत्रू प्रतापगडी येईल. मग पन्हाळा, विशाळगड करीत त्याला चकवावे. संताजी–धनाजींनी गनिमी काव्यानं मोगली फौजेची लांडगे–तोड करावी. त्यांची रसद मारावी. आता उशीर नको. रायगडावरून उद्याच प्रस्थान हलवा आणि समजलं, रामराजे, तुम्हीच छत्रपती होऊन कारभार स्वतःच्या नावानं चालवा. प्रजेला हातात नंगी तलवार घेऊन आपले छत्रपती प्रजारक्षणार्थ आपल्या डोळ्यांसमोर वावरत आहेत, असं दिसलं पाहिजे.''

मातेच्या मायेने आम्हाला सतत जवळ करणाऱ्या महाराणी येसूबाईंचा निरोप आम्ही भरल्या डोळ्यांनी घेतला. मन चरकून गेलं. वाटलं, पुन्हा जाऊबाईंची भेट कधी होईल?

आम्ही प्रतापगडी आलो. महालक्ष्मीच्या भविष्यवाणीप्रमाणे रायगडला आणि प्रतापगडाला वेढा पडला. रायगड लढत होता. शिबंदी संपेपर्यंत आम्ही प्रतापगड लढवला. आम्ही पन्हाळगडी आलो. शत्रू पाठीशी होता. पन्हाळा लढत असता एक अशुभ बातमी कानी आली. रायगड पडला.

– नव्हे, फितुरी झाल्यामुळे तो शत्रूच्या ताब्यात गेला. महाराणी येसूबाई, राजे बालशिवाजी आणि पाच-पन्नास लहानथोर शिलेदारांसह सुरक्षिततेच्या बोलीवर शत्रूच्या स्वाधीन झाल्या.

रायगडाची मोगली फौज नव्या उत्साहानं पन्हाळ्याकडे वळली. आम्ही विशाळगडी गेलो. तोंडाला पावसाळा होता. शिबंदी भरपूर होती. शत्रूच्या हालचाली थंडावल्या होत्या. डोंगरी मुलूख तुडविण्यास शत्रू नाराज होता. तळ हलविणं, तोफा वाहून नेणं, कबिला नेणं त्याला प्रचंड कठीण वाटत होतं. हालचाल दिवसा तीही सावकाश. रात्री दबा धरून गप्प बसायचं. कुठून मराठी हल्ल्याची वावटळ येईल, त्याचा नेम नाही. सारे अल्लाची दुवा मागत; पण पुष्कळ वेळा त्यांचा अल्ला त्यांच्यावर रागावलेलाच असे.

विशाळगडावर धन्यांनी एक चर्चा केली. त्यांनी संताजी-धनाजी, खंडोजी, पंडित–प्रतिनिधी वगैरेंना बोलावून सांगितलं,

''कसा तरी पावसाळा निभावून जाईल. पुढे निभावणं कठीण.''

''मग काय विचार आहे आपला?'' मी धाडस केलं.

''जिजी, तंजावरी जावं. तेथील आमच्या राज्यात स्थिर व्हावं.''

''आणि महाराष्ट्र?'' मी शंका काढली. एकदम भावनावेगानं मी उद्गारले.

"तुम्ही सांभाळा. तुम्ही केवळ रामराणी नाहीत, तर मराठ्यांच्या छत्रपतींची स्वातंत्र्यलक्ष्मी महाराणी ताराबाई आहात,'' राजे अभिमानानं उद्‌गारले.

"आम्ही कारभार चालवायचा?'' मी संकोचून शंका व्यक्त केली.

"का नाही?'' रामराजे निश्चयानं म्हणाले. ''आज आम्ही महाराष्ट्र मुलखासाठी एका राजमंडळाची स्थापना करीत आहोत. रामचंद्रपंडित हुकमतपन्हा राहतील. शंकराजी नारायण 'राजाज्ञा' होतील. संताजी-धनाजी एका विचाराने घोडदौड करतील. आपण या राजमंडळाच्या प्रमुख. तुम्ही सर्वांनी एकमतानं आणि एकमनानं कारभार चालवायचा. महाराष्ट्रावर जागता पहारा ठेवायचा. महाराष्ट्राला आपल्याला नेता नाही, असं वाटता कामा नये. हा आमचा निश्चय कायम.''

"राणीसाहेब, चिंता नसावी,'' संताजी घोरपडे मुजरा करत म्हणाले.

"आमच्या तळपत्या तलवारी राजगड-राजगडापासून ते जिंजी-तंजावरापर्यंत मोगलांचा समाचार घेत जागता पहारा ठेवून वेळोवेळी आपल्या मंगल चरणांचं दर्शन घेतील.''

स्वामींनी सुरक्षिततेसाठी आम्हास सोडलं. विशाळगड सोडला आणि दक्षिणमार्गे कूच केलं.

आम्हांस भडभडून आलं; पण पंडित-राजाज्ञांनी आमचे सांत्वन केलं. लगेच आम्ही भानावर आलो आणि म्हटलं,

''होय! हे अश्रू आम्हांस शोभा देत नाहीत. या शिवरायांच्या सुनेचा, वीरकन्येचा, वीरपत्नीचा जन्म रडण्यासाठी नाही. लढण्यासाठी आहे. हेही दिवस जातील. शिवछत्रपतींचं हिंदवी स्वराज्य उभारण्याचं स्वप्न पुरं झालं पाहिजे. बाबांच्या मृत्यूचा, शंभूराजांच्या हौतात्म्यांचा बदला घेतला गेला पाहिजे. पंडित-राजाज्ञा, तुम्ही वयोवृद्ध आणि अनुभवी, जाणकार आहात. आमचं काही चुकल्यास सावध करा; पण यापुढे सर्व कारभारात आम्ही मनापासून लक्ष घालणार आहोत.''

''जशी आज्ञा,'' पंडित राजाज्ञांनी मुजरे करून संमती दर्शविली.

– आणि तो दिवस. आमची बैठक संपली. आम्ही विचारलं,

''खजिन्यात रक्कम किती आहे?''

''जेमतेम आपल्या खर्चापुरती,'' रामचंद्रपंत उद्‌गारले.

''आणि सेनेचा खर्च?''

''परस्पर सेनाधिकारी भागवितात.''

''तो कसा?''

''शत्रूची रसद मारून, त्याच्या प्रदेशाची लूटमार करून!'' राजाज्ञांनी खुलासा केला.

''पण त्याचा हिशेब?''

''ठेवणं कठीण! पण तक्रारी नाहीत. सेनेला पोटभर मिळतं; पण...'' पंडित अडखळले.

''पण काय?''

''त्यांना वाटतं... हे युद्ध राजाइतकंच आपलं आहे. प्रजेचं आहे. गनिम टिपला पाहिजे. त्याशिवाय देश, धर्म सुरक्षित नाही.''

''धन्य त्या प्रजेची,'' आम्ही धन्योद्गार काढले.

''शिवप्रभूंची पुण्याई अद्याप शिल्लक आहे, असाच याचा अर्थ!'' राजाज्ञा उत्तरले.

''पंडित– राजाज्ञा?''

''जी हुजूर?''

''आमच्या शूर वीर सैनिकांसाठी आणि स्वामिनिष्ठ प्रजेसाठी एक हुकूम काढा.''

''हुकूम?'' दोघांनाही आश्चर्य वाटलं.

''होय हुकूम. लिहून घ्या–सेनाधिकाऱ्यांनी छोटं-मोठं जिथं शौर्य दिसेल, त्याची आदरपूर्वक नोंद घ्यावी आणि आमच्या चरणी खातरजमा करावी. त्यासाठी वतन आणि वतनदारीचा हुद्दा मिळेल; तसंच...''

''आणखी काय हुजूर?''

''जो फितुरी करेल, त्याची गर्दन मारली जाईल. तसंच–''

''सांगावं...''

''लूटमारीचा हिशेब नित्य नियमानं द्यावा व मान्यता पावावे.''

हुकूमाची तामिली झाली. या आमच्या हुकूमाने सैन्यात आणि प्रजेत एक नवचैतन्याचा संचार झाला, अशी माहिती पंडित राजाज्ञांनी आम्हास सांगितली, तेव्हा आम्हास समाधान मिळालं.

दिवसभराचा कारभार आटोपताच रात्री डोकं टेकावं, तर जीव गुदमरून जाई. महाराज कुठं असतील? त्यांची ख्यालीखुशाली कधी कळेल? त्यांची भेट कधी होईल? या चिंतनाच्या अंमळ थकावटीनं डोळा लागे.

महाराजांनी जड अंतःकरणानं आमचा निरोप घेतला; पण जाताजाता एक मोठी जबाबदारी ते आमच्यावर टाकून गेले. राजमंडळाचं अध्यक्षपद त्यांनी आम्हास दिलं नि डोळ्यात तेल घालून कारभार चालवायला सांगितलं. आमचं वय ते काय? त्यामानानं आमच्यावर पडलेली जबाबदारी–

आम्ही स्वतःशीच विचार करीत असताना एकदा सल्लामसलतीसाठी सरदार मंडळी आली आणि म्हटलं,

‘‘महाराजांची आम्हास फार चिंता वाटते.’’

‘‘चिंता बाळगण्याचं कारण नाही. धनाजी जाधव नि खंडोबल्लाळ जोपर्यंत महाराजांच्या सोबत आहेत, तोपर्यंत महाराजांच्या केसालाही धक्का पोहोचणार नाही,’’ रामचंद्रपंत अभिमानानं सांगत होते. ‘‘आमचे निष्ठावंत सरदार-सेनापती दख्खनचे चित्ते आहेत. मोगली लांडग्यांची लांडगेतोड करायला ते समर्थ आहेत. संताजी–धनाजीचं नाव ऐकताच मोगलच काय पण मोगलांची घोडीसुद्धा पाणी पित नाहीत.’’

‘‘ते सारं खरं. तरीसुद्धा आमच्या मनाची हूरहूर कमी होत नाही. धन्यांची खुशाली आमच्या कानी पडेपर्यंत आम्हास चैन कसे पडेल? झोप कशी लागेल?’’ आम्ही दुःख व्यक्त केलं.

‘‘राणीसाहेब,’’ पंत सांत्वन करू लागले. ‘‘मग मी स्वतः जातीनं जिंजीला जाऊन खास बातमी आणू का?’’

इतक्यात एका सेवकानं आत प्रवेश केला. अदबीनं मुजरा करीत तो म्हणाला,

‘‘बहिर्जी आले आहेत. खास हुजरांचीच भेट मागतात.’’

‘‘द्या त्यांना पाठवून.’’

हेरप्रमुख बहिर्जींच्या आगमनानं आम्हीच काय, पण सारं राजमंडळ उल्हसित झालं.

बहिर्जींनी प्रवेश केला. मानाचा मुजरा करीत ते म्हणाले,

‘‘सरकार, लाख मोलाची बातमी आणली आहे.’’

‘‘बोला, बोला लवकर. ती ऐकायला आम्ही कसे अधीर झालो आहोत.’’

‘‘महाराज जिंजीला सुखरूप पोहोचले.’’

आम्ही अनामिकेतील अंगठी बहिर्जींना देत विचारलं,

‘‘पण ते कसे? वाटेत काही संकटं–’’

‘‘संकटं महाराजांच्या पाचवीलाच पुजलेली आहेत. एका बाजूनं महादेवाची कृपा नि दुसऱ्या बाजूनं दुर्दैवाचे फेरे. अखेर मात महादेवाची.’’

''असं काही गूढ गंभीर बोलू नका,'' रामचंद्रपंत म्हणाले.

''मामला काय तो साफ साफ सांगून टाका बहिर्जी.''

आणि वीरश्री चढून बहिर्जी भेदक नजरेनं सांगू लागले–

''आपल्या एकनिष्ठ सेवकांचा निरोप महाराजांनी घेतला. मोगली सैन्य आणि काही लोभी लाचखाऊ महाराजांच्या पाळतीवर होते. म्हणून खंडोबल्लाळांनी गोसाव्यांचा वेष परिधान करून प्रवास करण्याचा सल्ला महाराजांना दिला. मग मराठी राज्याचे धनी, शिवछत्रपतींचे द्वितीय सुपुत्र गोसावी झाले. एकदा तर हसत ते म्हणाले– आग्र्याहून परत येताना आबासाहेब कसे दिसले असतील, याची आज आम्हास कल्पना आली. तेव्हा मध्येच खंडोबल्लाळ म्हणाले, 'महाराज, जिंजीला पोहोचल्यावर हे गोसावीपण टाकायचे आहे, हे लक्षात ठेवा. नाही तर तुकाराम महाराजांच्याजवळ थोरल्या महाराजांनी...' सर्वजण हसले. पुढे मुक्काम बंगळूरच्या पडक्या धर्मशाळेत पडला. धनाजींना राहवलं नाही. त्यांनी सायंकाळी गरम पाण्यानं महाराजांचे पाय धुतले नि भक्तिभावानं पुसले. काही कन्नडिगांच्या ध्यानी ही गोष्ट आली. झालं! त्यांच्यात चुळबुळ सुरू झाली. एक गोसावी दुसऱ्या गोसाव्याचे पाय धुतो म्हणजे काय? ज्याचे पाय धुतले, तो खास गोसावी नव्हे. तो मराठ्यांचा परागंदा छत्रपती तर हा नसेल?

बक्षिसाच्या आमिषानं मुसलमान सरदाराला ही वार्ता कळविण्यात आली. कन्नडिगांची गडबड खंडोबल्लाळांच्या चाणाक्ष नजरेतून सुटली नाही. रात्रीचं जेवण झाल्यावर ते म्हणाले,

'महाराज, मला तर स्पष्ट धोका दिसतोय, काही तरी वाईट घडेल, असं गृहीत धरावं. माझा तर सल्ला असा आहे की, धनाजीला घेऊन आपण जिंजीच्या मार्गाला लागावं. आम्ही इथंच राहू. विचारपूस झाली तर आम्ही तोंड देऊ, आपल्याला पोहोचायला तेवढाच अवधी मिळेल.'

धनाजी गरजले,

'फार माजलेत हे मोंगल, चार हात करून छत्रपतींचं रक्षण करायला हा धनाजी समर्थ आहे.'

धनाजींना शांत करीत खंडोबल्लाळ म्हणाले,

'तुमच्या शौर्याची शंका का कोण घेतो? पण काळवेळ पाहा. ढगाळलेल्या आकाशातून विजेचं चमकणं म्हणजे सूर्याचा स्वच्छ प्रकाश नव्हे. भल्या पहाटे उठून तुम्ही आगेकूच करा. पुढे आम्ही तुम्हाला येऊन गाठू.'

खंडोबल्लाळांची शंका बरोबर ठरली.

सकाळी एक मोगल सरदार दहा-पाच कन्नडिगांना घेऊन आला. भल्या पहाटेच धनाजीरावांबरोबर महाराज निघून गेले होते म्हणून निभावलं. मोगल सरदारानं खंडोबल्लाळांना अटक केली. युक्तिप्रयुक्तीनं खंडोबल्लाळांनी पुढे स्वत:ची सुटका करून घेतली व जिंजी गाठली.''

''पण तिकडं महाराजांचा प्रवास सुखाचा झाला ना?''

''तो कसा होईल?''

''म्हणजे?''

''एका मोगल तुकडीनं त्यांना गाठलं, चकमक झडली, मोगल पळाले. थकलेले महाराज बेदनूरच्या राणी चन्नम्मापाशी आश्रयाला आले.''

''तिनं दिला का त्यांना आश्रय? थोरल्या छत्रपतींच्या उपकाराला जागली का ती कृतज्ञ?''

''सरकार, मोठ्या मनाची ती राणी तिनं आश्रय दिला. मोठ्या मानानं इतमामानं वागवलं. पण–''

''पण काय बहिर्जी?''

''तिच्यावर मोगल चालून आले. राणी वीरश्रीनं लढली. तिनं मोगलांच्या सेनापतीला ठार केलं. मोगलांचा पराभव झाला.''

''शाब्बास! याला म्हणावं स्त्री! मग पुढे काय झालं?''

''तिथं अधिक राहणं धोक्याचं, असं समजून महाराज जिंजीला चालले आणि लवकरच सुखरूप पोहोचले.''

लगोलग महाराज मला म्हणाले,

'ताबडतोब महाराष्ट्राचा रस्ता पकड. विशाळगडी जा. ताराऊ राणीसाहेबांच्या कानी आमची खुशाली घाल आणि असं सांग की, योग्य वेळ येताच तुम्हाला आम्ही बोलावून घेऊ. स्वत:ला सांभाळा. त्याहीपेक्षा महाराष्ट्राला सांभाळा.'

डोळ्यांतून अखंड अश्रुधारा ढाळीत, दाटल्या कंठानं, बहिर्जी हकिगत सांगत होते. त्याहूनही अधिक भरल्या मनानं आम्ही ऐकत होतो.

बक्षिसादाखल मिळालेली अंगठी प्रेमादरानं परत करीत बहिर्जी म्हणाले,

''स्वराज्याला स्थिरता प्राप्त झाल्याशिवाय खुशी स्वीकारायची नाही, असं या बहिर्जीनंच नव्हे, तर बहिर्जी पथकानं ठरविलं आहे. देहदंड सोसावे लागत असताना

खंडोबल्लाळांनी महाराजांचा ठावठिकाणा लागू दिला नाही. ती निष्ठा अंत:करणात बाळगून स्वराज्याची सेवा करणारे आम्ही हुजूर, आपल्या पायाचे निष्ठावंत आहोत. महाराष्ट्रावरचं सुलतानी संकट नाहीसे होईल, तेव्हाच आम्ही नम्रतापूर्वक खुशी स्वीकारू.''

मोठ्या मनाचे बहिर्जी! बहिर्जींच्या उद्‌गारानं आमचं मन कसं गलबलून गेलं.

✠ ✠ ✠

एके दिवशी अचानक रामचंद्रपंत आमच्या भेटीसाठी आले. वेळ ऐन दुपारची होती. सामान्यतः आम्ही त्यावेळी विश्रांती घेत असू. सकाळी भोजनपूर्व दोन घटका नि दुपारी विश्रांतीनंतर दोन घटका आम्ही कामे पाहत असू. भोजनोत्तर आम्ही थोडंसं अंग टाकणार, इतक्यात पंत आल्याचं आम्हास समजलं. तसं काही खास कारण असल्याशिवाय पंत येणार नाहीत, याची आम्हांस खात्री होती. आम्ही सदरेवर गेलो. पंतांना त्यांच्या आगमनाचं विशेष कारण विचारलं. पंत म्हणाले,

''राणीसाहेब, काही गोष्टी किरकोळ समजून आम्ही लपवून ठेवल्या, याची क्षमा असावी.''

''पंत, अधिकारानं आम्ही जरी मोठे असलो, तरी वयानं तुम्ही मोठे. तुम्ही क्षमेची गोष्ट काढू नये. बोला, का आला होतात?''

''जिंजीहून एकापेक्षा एक विचित्र बातम्या येत आहेत. फार दिवस आपणास अज्ञानात ठेवणं बरं होणार नाही!''

''पण असं झालं तरी काय?'' आम्ही घाबरत विचारलं. ''महाराज कसल्या संकटात तर नाहीत?''

''तसं नाही राणीसाहेब, प्रल्हाद निराजींच्या बदसल्ल्यानं महाराजांचं वर्तन बिघडत चाललं आहे.''

''म्हणजे काय केलंय महाराजांनी?''

''आजकाल नाटकशाळेत ते दंग असतात. सगुणाबाई नावाच्या एका सुंदर बाईनं त्यांच्यावर मोहिनी घातली आहे.''

''पंत, महाराजांची परिस्थिती थोडी लक्षात घ्या. आम्ही या गोष्टीकडं दुर्लक्ष करतो.''

''मासाहेब, ही दुर्लक्ष करण्यासारखी गोष्ट नाही. सगुणाबाईपासून महाराजांना एक पुत्र झाला आहे. कर्ण त्याचं नाव. सगुणाबाई हट्ट धरून बसल्या आहेत की, मराठ्यांची गादी पुढे या कर्णालाच मिळाली पाहिजे.''

''अस्सं! पंत तुम्ही आम्हांस वेळीच सावध केलंत, हे ठीक झालं.''

''होय मासाहेब, ही बातमी अधिक काळ मनात ठेवणं आम्हास शक्यच नव्हतं. तडक वेळ न दवडता आपल्या कानी घालण्यासाठी आम्ही आली. शिवछत्रपतींच्या गादीवर एक अनौरस पुत्र बसावा हे कुणाला पटेल? त्या युगपुरुषांच्या आत्म्यास काय वाटेल? मग लोकांनी तरी स्वराज्याशी निष्ठा का बाळगाव्यात!''

''पंत, असं भावनेच्या आहारी जाऊ नका. विवेकानं घ्या. हा सारा परिस्थितीचा दोष आहे. आम्ही इथं महाराष्ट्रात नि महाराज दूर दक्षिणेत. म्हणून हे महाभारत घडत आहे. पंत, आम्ही महाराजांना पुरेपूर जाणतो. त्यांच्या चरणी आम्ही ताबडतोब रुजू होऊ आणि सर्व परिस्थितीवर नियंत्रण राखूच राखू.''

''मासाहेब, आपलं म्हणणं अगदी बरोबर आहे.''

''आम्हांस त्वरित महाराजांकडे पोचविण्याची व्यवस्था करा. कसल्याही परिस्थितीला तोंड देऊन आम्ही महाराजांच्याकडे जाऊ. मात्र–''

''बोला मासाहेब, आपण अडखळलात का?''

''महाराष्ट्रातलं मराठ्यांचं राज्य राजाज्ञांच्या मदतीनं तुम्हाला सांभाळावयाचं आहे. आम्ही खात्री बाळगू की, ते तुम्ही हुशारीनं सांभाळाल.''

सूचनेप्रमाणं रामचंद्रपंतांनी गगनगडाहून गुप्त वेशात आम्हाला वेंगुर्ल्यास पोहोचतं

केलं. आमच्या बरोबर राजसबाई होत्या. सामान्य स्त्रियांसारखा वेष परिधान करून जहाजातून आम्ही होनावरास गेलो. पंतांच्या योजनेप्रमाणं खंडोबल्लाळांचे व्यापार करणारे मामा– विसाजी शंकर आणि लिंगो शंकर– आम्हास मोलाचं साहाय्य करीत होते. त्यांच्या सांगाती मजल-दरमजल करीत अत्यंत विरळ असलेल्या वेढ्याच्या भागातून सामान्य हेकिटणींची बतावणी करून आम्ही एकदाची जिंजी गाठली.

✛ ✛ ✛

आम्ही जिंजीस पोहोचलो. महाराजांना आनंदीआनंद झाला. गडावर एक उत्साहाचं वातावरण पसरलं. आमच्या धाडसी आगमनाचं कुणी कौतुक करीत, तर कुणी झुल्फिकारखानानं वेढा सख्त केला, तर राजासकट राण्याही पकडल्या जातील, अशी भीती व्यक्त करीत. तेथील व्यक्तींचं आणि वातावरणाचं आम्ही बारकाईनं निरीक्षण केलं. आमच्या ध्यानात आलं की, सगुणाबाईंना आणि प्रल्हाद निराजींना आमचं आगमन आवडलं नाही. महाराजांच्याबरोबर बोलण्या-चालण्यात सगुणाबाईंचा विसर पाडण्यात आम्ही यशस्वी होत होतो; परंतु प्रल्हाद निराजींची महाराजांच्या मनावर बसलेली पकड काही केल्या कमी होत नव्हती.

हा विषय काढण्याची संधी घेण्याच्या प्रयत्नात असतानाच एक विलक्षण घटना जिंजीच्या गडावर घडली. हिंदवी स्वराज्याचे महापराक्रमी सेनापती संताजी घोरपडे गडावर आले होते. महाराजांनी झुल्फिकारखानाला दिलेल्या काही सवलती पाहून संताजी बेभान झाले होते. त्यांनी महाराजांचा भर दरबारात अपमान केला. रागाच्या भरात ते इतक्या टोकाला गेले, की आम्ही आहोत, म्हणूनच जणू महाराज राजेपद उपभोगित आहेत, अशी उर्मट भाषा त्यांनी वापरली. महाराजांना हा अपमान सहन झाला नाही. त्यांनी संताजींचं सेनापतीपद काढून घेतले नि दरबारातून त्यांची तत्क्षणी हकालपट्टी केली. रागारागानं दातओठ खात संताजी घोरपडे निघून गेले.

दरबार संपताच डोकं शांत करण्याकरिता महाराज महालात आले नि पलंगावर पहुडले. आम्ही महाराजांजवळ गेलो. महाराजांना बरं वाटलं. आमचा हात हातात धरीत ते म्हणाले,

"तारा, आलीस बरं झालं. आता माझं डोकं शांत होईल."

"नाही महाराज, नाही." आम्ही मन घट्ट करून सांगितलं. "आपले डोके शांत करण्याकरिता नव्हे, तर ते अधिक भडकविण्यासाठी आम्ही आलो आहोत."

"म्हणजे?" आमचा हात सोडून देत महाराज उद्गारले.

"याचा अर्थ स्पष्ट आहे. सेनापतीपदावरून दूर करणे ही संताजींना दिलेली शिक्षा अपुरी आहे. त्यांचं पारिपत्य झालंच पाहिजे."

"मग काय करू मी?" कपाळाला आठ्या घालीत महाराजांनी विचारलं.

"त्यांना गिरफ्तार केलं पाहिजे. नाही तर–"

"नाही तर काय?"

"हिंदवी स्वराज्याला नवा धोका निर्माण होईल. कारण संताजी घोरपडे हे सामान्य असामी नाहीत."

आमची सूचना मनोमन पटल्यामुळे सेनापतीपदाची वस्त्रे महाराजांनी धनाजी जाधवांना दिली. त्यांना संताजींच्या पारिपत्यासाठी रवाना केलं. असेच काही दिवस निघून गेले. परिस्थिती सुधारू लागली. सर्व काही स्थिरस्थावर होऊ लागलं. महाराज एकदा खुशीत आलेले दिसताच आम्ही विषय काढला,

"महाराज, लहान तोंडी मोठा घास घेतल्याबद्दल क्षमा असावी."

"तुला काय म्हणायचंय तारा?"

"आपण आपला कारभार प्रल्हाद निराजींच्या तंत्रानं हाकता आहात–"

''होय. प्रल्हाद निराजी आमचे एकनिष्ठ सेवक आहेत. ते बुद्धिमान आहेत. राजकारणपटू आहेत. त्यांचा फार फार उपयोग होतो आम्हाला.''

''पण उभा महाराष्ट्र काय म्हणतो, ते ठाऊक आहे आपल्याला?''

''काय म्हणतो महाराष्ट्र? ते रामचंद्रपंतांनी शिकविलेलं सांगू नकोस.''

''आधी ऐका नि मग बोला.''

''सांग.''

''महाराष्ट्र म्हणतो, स्वतःच्या लोभापायी कुटिल प्रल्हाद निराजी तुम्हाला नाटकशाळेत गुंतवीत आहेत आणि ही गोष्ट शिवप्रभूंच्या सुपुत्राला, धर्मवीराच्या बंधुराजांना मुळीच शोभत नाही. वर्षानुवर्ष गडाभोवती शत्रूचा वेढा पडला असताना तुम्हाला नाटकशाळा सुचते?''

आम्ही अत्यंत दुःखानं आणि उद्वेगानं महाराजांच्यावर चढवलेला हल्ला त्यांच्या वर्मी बसला. ते चमकले. थोडे घाबरले. ह्या गोष्टीचा फायदा घेऊन आम्ही त्यांचे पाय धरले. डोळ्यांत आसवे आणून त्यांना विनंती केली की, स्वराज्याच्या हितासाठी प्रल्हाद निराजींना दूर ठेवणे अगत्याचे आहे.

आमच्या हट्टापुढे महाराजांचे काही चालले नाही. त्यांनी प्रल्हाद निराजींना मोठ्या कष्टानं कारभार पदावरून दूर केलं.

आम्ही समाधानाचा सुस्कारा सोडला.

''धन्यांच्या निधनाचं वर्ष हे छत्रपती आबासाहेबांच्या निधनाच्या वर्षापेक्षा आणि धर्मवीर छत्रपती शंभूराजांच्या झालेल्या क्रूर हत्येच्या वर्षापेक्षा अधिक अपशकुनी वर्ष म्हणून ओळखलं जाईल.''

''ते का बरं?'' त्या प्रौढेला शंका आली.

''धनी मोठ्या हिकमतीनं जिंजीला गेले. सहा-सात वर्ष त्यांनी तिथं राज्य केलं आणि वेळ पाहून झुल्फिकारखानाच्या हातावर तुरी देऊन मोठ्या हिकमतीनं आमच्यासह वेढ्यातून महाराष्ट्रात सुखरूप परत आले.''

''मग हे मोठं दिव्यच म्हटलं पाहिजे,'' अंजना म्हणाली.

''कमालच म्हणायची!'' वंदनानं री ओढली.

''कमालच नाही तर काय? या प्रसंगी धन्यांना खंडोबल्लाळांनी, धनाजी जाधवांनी आणि आम्हाला गिरजोजी यादवांनी प्रसंगी स्वतःच्या जिवाला धोका पत्करून साहाय्य केलं, त्याला तोड नाही.''

''म्हणजे असं मोठ्ठंसं काय केलं त्यांनी?'' प्रौढेनं विचारलं.

''जहागिरीसाठी अडून बसले गणोजी शिर्के. खंडोबल्लाळांनी आपलं दाभोळीचं उजवं वतन त्यांना लिहून दिलं, तेव्हा तो कोल्हा काकडीला राजी झाला. कुठे केवळ वतनासाठी लढणारे वतनदार आणि कुठे छत्रपतींच्या सेवेसाठी वतनावर पाणी सोडणारे खंडोबल्लाळ?''

आपला राजा परत आला आहे हे पाहताच मुत्सद्ध्यांना, सेनापतींना आणि साऱ्या सेनेला अत्यानंद झाला. नव्या उमेदीनं धन्यांनी मोगली फौजेवर हल्ले चढविण्यास सुरुवात केली, गेलेले किल्ले परत घेण्यास प्रारंभ केला. पण – पण मनुष्य विचार करतो एक, दैवाची योजना निराळीच असते.

मोहीम सुरतेवर काढली. मोगलांना सुगावा लागला. धनी प्रत्यक्ष अहमदनगरवर– आलमगिरावर घसरले. जाऊबाईंची आणि बाल शिवाजीराजांची त्यांना सुटका करायची होती. जमलं नाही. पराभूत झाले. माघार घेतली. ही दगदग निमित्तमात्र झाली. वेळ आली म्हणजे कसलंतरी निमित्त पुरेसं होतं. धनी आजारी पडले आणि त्यातच त्यांचा सिंहगडी दुःखद अंत झाला.

धनी म्हणजे लाख माणूस! जणू शिवछत्रपतींचा संपूर्ण निर्मळपणा त्यांच्यात उतरलेला.

औरंगजेबाला धन्यांच्या निधनाची वार्ता कळताच हर्षाच्या उकळ्या फुटल्या. फार मोठी लढाईच आपण जिंकली, असं वाटलं त्याला. तो अशा कल्पनेत दंग होता, की मराठी राज्य जणू बुडलेच!

ऐन पंचविशीत आम्हास वैधव्य आलं. जिंजीस गेल्यापासून राज्यकारभारात लक्ष घालून धन्यांना आम्ही मदत करीत होतो. समजूतदारपणानं आमची मदत ते गोड मानून घेत होते. त्यांचा विश्वास संपादन केल्यावर, त्यांच्या स्वैरपणास आळा घालण्यात आम्ही यश मिळविलं होतं.

वैधव्याचं दु:ख गिळून आम्ही राजमंडळाला पाचारण केलं. प्रमुख सरदारांना बोलावून घेतलं. अर्थात पुढे काय आणि कसं असं विचारलं. आपापल्या विचारांनुसार मुत्सद्ध्यांनी आपले विचार व्यक्त केले.

''काळ तर मोठा कठीण आला,'' परशुराम त्रिंबक उद्गारले.

''राजा असो वा नसो. आमच्या फौजा शेवटपर्यंत लढतच राहतील.'' धनाजींनी उत्साह निर्माण केला.

''पण नावाला का होईना राजा हवाच. कोणाच्या नावानं आज्ञापत्र काढायची?'' शंकराजी नारायणांनी शंका व्यक्त केली.

''कोणाच्या म्हणजे? छत्रपती राजाराम महाराज जिंजीला गेले, तेव्हा महाराणी ताराबाईंच्या नावानं आज्ञापत्र निघतच होती. मग आत्ताच कसली अडचण?'' गिरजोजी यादवांनी शंका मिटवली.

"असं केलं तर?" रामचंद्रपंतांना एक कल्पना सुचली.

"बोला पंत," आम्ही म्हणालो. "राजकारणातले तुम्ही मुरब्बी. धन्यांचे जणू उजवे हात. या क्षणी तुमचा सल्ला आम्हाला लाख मोलाचा वाटेल."

"सध्या महाराणी येसूबाई आणि बालराजे शिवाजी औरंगजेबाच्या कैदेत आहेत. गादीचा वारसदार ते आहेत. तेव्हा शंभूपुत्र राजे शिवाजींच्या नावानं राज्यकारभार चालविण्यात यावा. पुढे-मागे आपण त्यांना सोडवून आणूच की!"

या नवीन कल्पनेमुळे सगळेच गोंधळात पडले. काही निर्णय घेता येईना. आम्ही गंभीर झालो. आम्ही सर्वांना सांगितलं,

"मंडळी, आपले विचार आम्हाला समजले. आज आपण गडावरच मुक्काम करा. पुन्हा सकाळी भेटू आणि निर्णय घेऊ."

रात्रभर आमचा डोळ्याला डोळा लागला नाही. मोगलांच्या कैदेतल्या मराठ्यांच्या राजाच्या नावानं राज्यकारभार हाकण्याची कल्पना आमच्या स्वाभिमानी मनाला पटली नाही. इतकंच नव्हे तर आम्ही मनातून या कल्पनेचा धिक्कारच केला. शरीर, मन थकल्यामुळे पहाटे थोडासा डोळा लागला. सकाळ झाली. स्नान-पूजा संपवून आम्ही दरबारात गेलो. सर्व राजमंडळ, सरदार आणि मुत्सद्दी आमच्या सूचनेप्रमाणं उपस्थित होते. आम्ही साऱ्यांचा मुजरा स्वीकारला, आसनावर बसण्याची अनुज्ञा दिली. काहीशा गंभीर नजरेनं सर्वांच्याकडे पाहून आम्ही मन घट्ट करून म्हणालो,

"राजमंडळाचे सभासद आणि स्वराज्याचे एकनिष्ठ सेवकहो, आज एक मोठा विलक्षण गुंता आपणास सोडवायचा आहे. कालपासून आम्ही यातून मार्ग कसा काढायचा याचा विचार करीत आहोत. आपल्या निष्ठेची शंका आमच्या मनात सुतराम नाही; पण सर्वांच्या विचारात एकमत असेल, तरच शत्रूशी टक्कर देणं आपणास शक्य होईल. मोगलांच्या कैदेत असणाऱ्या राजपुत्राच्या नावानं राज्यकारभार हाकणे यासारखी हताशपणाची, हास्यास्पद आणि लाचारीची दुसरी गोष्ट नाही. महाराणी येसूबाईंचे धन्यांच्या संदर्भातील उद्गार आम्हाला आठवतात– मराठ्यांचा छत्रपती सेनेतून वावरतो आहे, असं दृश्य दिसलं पाहिजे– शंभूपुत्र शिवाजीराजांच्या नावानं राज्यकारभार हाकणं ही गोष्ट स्वराज्यप्रेमी मराठ्यांच्या अभिमानाला, अस्मितेला अपमानकारक ठरेल. महाराणी येसूबाई आणि बालराजे शिवाजी यांची मुक्तता आपण करू; पण प्राप्त परिस्थितीत आम्ही आमच्या बालराजांच्या नावानं राज्यकारभार चालवण्याचं ठरविलं आहे. फार मोठी जबाबदारी आम्ही उचलीत आहोत. वैधव्याचे दु:ख आम्ही गिळून टाकलंय. महाराष्ट्राच्या मातीची धुळधाण करणाऱ्या या आलमगिराला पुरं प्रायश्चित्त दिल्याशिवाय आमच्या

जिवाला विसावा नाही आणि हे कार्य केवळ तुमच्या निष्ठेवरच आम्ही पार पाडणार आहोत.''

ज्या करारी आणि करड्या मुद्रेनं जीव पिळवटून आम्ही आपला निर्णय दिला त्याच्याविरुद्ध 'ब्र' काढण्याचे धाडस तर कुणी केलंच नाही. उलट 'हर हर महादेव'च्या ललकारीत शंभू महादेवाला साऱ्यांनी फुले वाहून आमच्या निर्णयावर शिक्कामोर्तब केलं.

निरोप घेताघेता अदबीनं मुजरा करीत खंडोबल्लाळ म्हणाले,

''महाराणीसाहेब, या कामी एकनिष्ठपणे आपल्या पाठीशी आम्ही न राहू तर आमच्यासारखे कृतघ्न, कपाळकरंटे आणि नतद्रष्ट आम्हीच.''

आम्ही समाधानाचा नि:श्वास सोडला.

बाळराजांची मुंज करून आम्ही त्यांचा राज्याभिषेक केला.

✥ ✥ ✥ ✥

"स्वतःचा जीवनपट उलगडून दाखविताना बायांनो, काय सांगू तुम्हाला? त्या सुखदुःखांच्या अनुभवांतून जणू पुन्हा एकदा आम्ही जात आहोत, असं आम्हाला वाटतं. एकूण हा राज्यकारभार चालविणं अतिकठीण.''

"खरंच कठीण! हा राज्यकारभार पेलताना संभाजीराजांचं काय झालं ते आपण पाहिलंच,'' वृद्धेनं मासाहेबांना पुष्टी दिली.

"जे पुरुषांना जमलं नाही, ते आपल्यासारखी एक स्त्री जबरदस्त जिद्दीनं राज्य चालवीत आहे हे एक मोठं आश्चर्यच होय,'' सारजा म्हणाली.

"आश्चर्य तर खरंच!''

"तर हो, फौज गोळा करायची, रसद आणायची, युद्धावर पाठवायची, पगार करायचे; एक का दोन–''

"खरंच महाकर्मकठीण,'' अंजना, वंदना उत्तरल्या. "भवानीमातेनं राक्षसांना मारलं. आपलं काम मासाहेब त्याच बरोबरीचं आहे. आपण मराठ्यांच्या भद्रकाली आहात.''

आपल्या स्तुतीकडे किंचित दुर्लक्ष करून आम्ही सांगू लागलो,

"बायांनो, शत्रूवर हल्ला चढविणं कठीण तर खरंच; पण मी म्हणते आपापसातील मातब्बर माणसं अज्ञानानं आणि अहंकारानं झगडतात. ते झगडे संपवणे, फार कठीण.''

"म्हणजे सांगा आम्हाला. हे कोण अविचारी?'' वंदनानं विचारलं.

"मुलींनो, उचलली जीभ आणि लावली टाळ्याला असं करू नये. मनुष्य कधी पूर्ण असतो का? प्रत्येकाचे पाय मातीला चिकटलेले असतात. दोष नाही असा माणूस नाही. हे आपले सेनानी धनाजी जाधव–''

"कुणाशी भांडण झालं त्यांचं?'' सारजानं विचारले,

"आणि आमचे खासगी कारभारी गिरजोजी यादव. दोन्ही असामान्य असामी. धनाजी तलवारबहाद्दर नि गिरजोजी एकनिष्ठ, कारभारकुशल. तलवार चालविण्यातसुद्धा ते कमी कुशल नव्हते, बरं का!''

"का भांडले ते दोघं?'' प्रौढेनं आतुरतेनं विचारलं.

"उंब्रजजवळची पालीची यात्रा देशमुखीच्या हक्कानं वास्तविक गिरजोजींच्या वतनातील. गिरजोजी मुलूखगिरीवर दीर्घकाळ गेल्याची संधी साधून, त्यांच्या भाऊबंदांनी दहा खेड्यांसकट ती धनाजी जाधवांना विकली. मुलूखगिरीहून परत आल्यावर गिरजोजी यात्रेच्या डबीवर आपला हक्क सांगू लागले. धनाजी जाधव आपला हक्क सांगतच होते.

दोघांनी ठरविलं की, आपली माणसं पालीला पाठवायची आणि जबरदस्तीनं डबी ताब्यात घ्यायची.''

''म्हणजे लढाईच की!'' अंजना म्हणाली.

''नि तीही मराठ्यामराठ्यांत!'' वंदनानं खुलासा केला.

''होय, आम्हा मराठ्यांना एक दोष चिकटलाय.''

''तो कोणता?'' वृद्धेनं विचारलं.

''आम्ही वतनाचे लोभी आहोत. लोभापायी परिस्थितीचा आम्हाला सारासार विचार राहत नाही. खंडोबल्लाळांचं दाभोळीचं वतन लिहून घेतलं, तेव्हाच गणोजी शिर्क्यांनी धन्यांना जिंजीपार व्हायला मदत केली. वतनाशिवाय ती मदत केली असती तर इतिहासात त्यांचं नाव सुवर्णाक्षिरांनी लिहिलं गेलं नसतं का?''

''होय मासाहेब,'' प्रौढा म्हणाली, ''मग त्या डबीचं पुढे काय झालं ते तर सांगा.''

''होय, तेच तर आम्हांला सांगायचंय. या दोन मातब्बर सरदारांच्या कटकटींची वार्ता आम्हास आमच्या हेरांकडून समजली नि क्षणाचाही विलंब न लावता आम्ही पंतांना बोलावून घेतलं. त्यांना आम्ही विचारलं.''

''पंत, उंब्रज, पालीची काही वार्ता?''

''सर्व ठीक आहे सरकार, दरवर्षी तिथं मोठी यात्रा भरते, तशी यंदाही भरणार आहे.''

''पंत, फारच अज्ञानात दिसता तुम्ही.''

''म्हणजे?'' पंत उद्गारले. ''असं झालं तरी काय?''

''अहो, फार व्हायला घातलंय. पंत, पालीच्या डबीच्या कब्जासाठी एका बाजूनं गिरजोजींची हत्यारबंद माणसं आणि दुसऱ्या बाजूनं धनाजी जाधवांचे सैनिक तिथं जाणार आहेत.''

''म्हणजे आश्चर्यच आहे!''

''होय, ही आपापसातील दुर्दैवी कटकट थांबविण्यासाठी नि विचारपूर्वक योग्य न्याय करणारा निवाडा करण्यासाठी प्रथम अधिकृत सरकारी फौज घेऊन तुम्ही पालीला जा. डबी ताब्यात घ्या. ती सरकारजमा करा.''

''जशी आज्ञा,'' पंतांनी मुजरा केला.

''आमची आज्ञा शिरसावंद्य मानून पंतांनी पालीची डबी हस्तगत केली. सुरक्षितपणे ती आणून सरकारी खजिन्यात जमा केली.''

''वेळ मिळताच आम्ही पंच मंडळापुढे गिरजोजी यादव आणि धनाजी जाधव यांना बोलावून घेतलं. कायद्याला धरून आम्ही निकाल दिला.''

''काय निकाल दिलात मासाहेब?'' प्रौढा उत्सुकतेनं उद्गारली.

''आम्ही निकाल दिला की, धनाजी जाधवांनी गिरजोजींच्या भाऊबंदांकडून बेकायदा जमीन विकत घेतली, म्हणून पालीच्या डबीवर त्यांचा कायदेशीर हक्क नाही. गिरजोजी यादव स्वारीवर असल्यामुळे मध्ये काही वर्ष त्यांना डबी घेता आली नाही. म्हणून त्यांचा हक्क नष्ट होत नाही. डबीवर हक्क गिरजोजींचा आहे, धनाजी जाधवांचा नाही.''

''म्हणजे? सेनापतीविरुद्ध निकाल देताना आपणाला भीती वाटली नाही?''

''भीती? भीती कशाशी खातात, ते ही ताराऊ जाणत नाही. भीती वाटते, त्यानं राज्य करू नये. छत्रपती शिवरायांची मी सून आहे. अफजलखानाच्या भेटीच्या वेळी शिवराय भ्याले होते का? शाहिस्तेखानाच्या गोटात ते शिरले, तेव्हा ते भ्याले होते का? हालहाल होऊन मरण पत्करलं, पण संभाजीराजांनी निर्भयतेनं धर्म बदलण्यास नकार दिला. त्याच भोसल्यांच्या कुळातली आहे मी. संताजी घोरपड्यांनी जिंजीत भर दरबारात स्वामींचा अपमान केला. त्यांना अटक झाली पाहिजे म्हणून आम्ही स्वामींना गळ घातली, तेव्हा घाबरलो नाही आणि आजही न घाबरता धनाजी जाधवांविरुद्ध आम्ही निकाल दिला.''

''मग या गोष्टीचा धनाजी जाधवांच्यावर काय परिणाम झाला?'' वृद्धेनं शंका विचारली.

''वरकरणी तरी त्यांनी निकाल मानला, असं आम्हाला वाटलं. आम्ही त्यांची समजूत घातली.''

''ती कशी?'' अंजना, वंदना एकदम उद्गारल्या.

''आम्ही म्हटलं धनाजींना, शूरांनी तलवारीच्या जोरावर वतनं मिळवायची असतात. परिस्थितीचा गैरफायदा घेऊन अशी बेकायदेशीर विकत घ्यायची नसतात. पराक्रम करून दाखवा. दहा गावांच्याऐवजी पन्नास गावं आम्ही इनाम देऊ.''

''धनाजीरावांनी दिलगिरी व्यक्त केली. सारा मामला तिथंच समाप्त झाला.''

''पण पंतांना काय वाटलं याबद्दल?'' सारजानं विचारलं.

''बेहद् खूष होऊन पंत आम्हाला म्हणाले, 'सरकारांनी कर्तव्यकठोरतेनं नि तितक्याच विवेकानं मामला निकालात काढला. मराठेशाहीतील सर्व सरदारांवर याचा परिणाम झाल्याशिवाय राहणार नाही.''

''– आणि पुढे तसा तो झालाही.''

''धन्य मासाहेब, धन्य! आपण खरोखरच धन्य आहात.''

साऱ्यांनी मनापासून धन्यता व्यक्त केली.

"मासाहेब, एक विचारू?'' वृद्धा म्हणाली.

"विचार ना.''

"सातारा आलमगिराच्या ताब्यात गेला, तेव्हा भयानक गोंधळ झाला म्हणे.''

"होय. त्याचं असं झालं–''

साऱ्या जिवाचे कान करून ऐकू लागल्या.

"बायांनो, आलमगिरानं वेढा घातला होता प्रचंड फौजेनिशी. मराठे विरोध करीत होते मर्यादित शिबंदीनिशी. किल्ला घेण्यासाठी मोगल चढून यायचे आणि वरून आमचे मर्दमावळे मोठे दगड खाली लोटून द्यायचे. त्या दगडाखाली मोगली सैनिकांचा कपाळमोक्ष व्हायचा, अशी ही लढाई चालली होती. या लढाईचा हा एक प्रकार होता.''

"म्हणजे? लढण्याचे आणखी काही प्रकार असतात?'' सारजानं शंका विचारली.

"पुष्कळ प्रकार असतात. हे सारे प्रकार आमचे शूर सैनिक आमच्या आज्ञा तंतोतंत पाळून अमलात आणीत होते.''

"मग सांगा ना, मासाहेब आम्हाला. तुम्ही आपल्या फौजांना काय काय करायला सांगितलंत?''

"होय. मोगली फौजेच्या आसपासच्या वीस मैलांच्या टापूतील उभी पिके आम्ही जाळून टाकली. हेतू असा की, शत्रू सैन्याची उपासमार व्हावी. छोटे-मोठे पाण्याचे बांध आम्ही फोडून टाकले. कारण शत्रूला प्यायला पाणी मिळू नये.''

''म्हणजे कमालच केलीत आपण. शत्रूचा पुरा कोंडमाराच केलात की,'' वृद्धेनं समाधान व्यक्त केलं.

''होय! पण शत्रू कसला वस्ताद! तो वीस मैलांच्या पलीकडून रसद आणायचा. गुजरात, माळवा, खानदेश या त्याच्या संपन्न भागातून मोठ्या प्रमाणात धान्य नि लक्षावधी रुपये तो आणायचा.''

''मग पुढे काय झालं, मासाहेब?' अंजनानं विचारलं.

''आपण यावर काय तोड काढलीत?' वंदनानं री ओढली.

''आम्ही आमच्या सेनाधिकाऱ्यांना हुकूम सोडले. अन्नधान्य साठा तोडा नि लुटा. खजिन्यांवर डाके घाला. गोरगरीब प्रजाजनांना लुटीतला निम्मा भाग वाटा. सैन्याचे पगार भागवा. जनावरांना, घोड्यांना पोटभर चारा घाला. आधी सैनिकांची, घोड्यांची पोटं भरली पाहिजेत. नुसती मनात देशभक्ती असून भागत नाही. ती टिकविण्यासाठी पोटभर अन्न मिळावं लागतं.''

''केवढा दूरवर विचार करून मासाहेब आपण हा झगडा देत होता. असं काही असतं, याची आम्हाला मुळीच कल्पना नव्हती.'' प्रौढा उत्तरली.

''एवढ्यानं तरी शत्रू नामोहरम झाला का?''

''नाही. शत्रूसैनिक कंटाळळे असतानासुद्धा जिहाद पुकारून औरंगजेब त्यांना नवजीवन देण्याचा प्रयत्न करीत होता. सर्वच रसद नि सर्वच खजिने लुटले जात नसत. शिवाय नव्या रसदी, नवे खजिने सारखे येत होते. म्हातारा मोठा जिद्दीला पेटला होता. त्यानं बुरुजाखालच्या खिंडारात दारू भरली आणि सैनिकांना सुरक्षिततेचा इशारा मिळण्याआधीच दारूला बत्ती मिळाली. आमच्या बुरुजांनी आम्हांला साथ दिली. खडक फुटले. दगड आकाशात उडाले नि पडले; मात्र मोगल सैनिकांवर. शेकडो शत्रूसैनिक त्यात मारले गेले.''

''मग शत्रूला पळता भुई थोडी झाली असेल नाही?'' सारजा म्हणाली.

''छे! छे! तो शत्रू सामान्य नव्हता. हट्टाला पेटलेला होता. त्यानं पुन्हा मोर्चे बांधले. पुन्हा हल्ले चढविले आणि चार महिन्यांनी त्याला किल्ला मिळाला. किल्ला पडणार हे कळताच किल्लेदारांच्या-मार्फत आम्ही किल्ला स्वाधीन करण्याची बोलणी केली. भरपूर पैसा घेतला. शिबंदी आणि सैनिक सुरक्षित बाहेर काढले नि मग किल्ला स्वाधीन केला.''

''मग औरंगजेबाला खूपच आनंद झाला असेल?''

''खूपच. त्यानं वेढा उठविला. मिरजेच्या दिशेनं कूच केलं. त्याची प्रचंड फौज नि सारा

लवाजमा दिवसातून दोनचार मैल प्रवास करायचा. अशावेळी निसर्ग आमच्या मदतीला धावायचा–’’

‘‘तो कसा?’’

‘‘पावसाळा सुरू झाला. आलमगिराचे सैन्य पावसात अडकले. ओढे, नदी, नाले यांना पूर आले. शत्रूला पुढे जाता येईना. राहुट्यांची अपुरी सोय. रसदीचे रस्ते बंद पडले. सातारच्या लढ्यात त्याचे जेवढे सैन्य कामास आले नाही, तेवढे या पावसात सापडून मेले. पहिला पाऊस ओसरला. बादशहानं आगेकूच केलं.’’

‘‘त्या सातारच्या किल्ल्यानं, बायांनो, फार फार सोसलं आहे. तो परत घेण्याची नामी संधी आता आमच्यापुढे चालून आली आहे. आलमगिराचा हा आझमतारा दीड-दोन महिन्यांत स्वराज्यात सामील होईल. त्याचा अजिंक्यतारा होईल, यात आम्हास शंका वाटत नाही.’’

‘‘मासाहेब, धन्य तुमच्या जिद्दीची. भवानी पावो नि सातारा स्वराज्यात येवो.’’ वृद्धा नकळत बोलून गेली.

सातारच्या किल्ल्याबद्दल सर्वांनी आदरभाव बाळगून, आपला कोंडलेला श्वास समाधानानं सोडला.

✦✦✦✦✦

मासाहेब सांगता सांगता मध्येच गंभीर झाल्या. त्यांच्या डोळ्यात पाणी तरळलं. कपाळावरची शीर उठून दिसू लागली. क्षणभर सांगण्याचे भान त्या विसरून गेल्या. ती प्रौढा म्हणाली,

‘‘मासाहेब, मध्येच अशा का थांबलात?’’

‘‘काय एक-एक संकटं असतात. पुष्कळ वेळेला शत्रूंची संकटं पुरवली; कारण सामना उघडउघड करता येतो; परंतु घरची संकटं आणि अस्तनीतले निखारे पुष्कळ वेळा असह्य होतात.’’

‘‘असं का म्हणता आपण?’’ अंजनानं विचारलं.

‘‘असं कुठल्या संकटाला तोंड द्यावे लागले आपल्याला?’’ वंदनानं री ओढली.

‘‘होय. एका दृष्टीने तसे संकट साधेच आणि दुसऱ्या दृष्टीने फार मोठे. खटावचा कुलकर्णी खंडो लिंगो हा स्वतःला तुरुंगातून आपण सुटून आलेला संभाजीपुत्र शिवाजी आहे, असं सांगू लागला.’’

''म्हणजे भयंकरच!' अंजनाला आश्चर्य वाटले.

''नाही तर काय!'' वंदना चकित झाली.

''प्रारंभी आम्ही थोडे खपवून घेतलं; पण प्रकरण पुढे डोईजड होऊ लागलं.'

''ते का बरं?'' सारजानं विचारलं.

''रामचंद्रपंतांना हा तोतया खरा वाटला. म्हणून आम्हास लवकरात लवकर हा खटावचा कुलकर्णी संभाजीपुत्र नाही, हे यशस्वीपणे सिद्ध करावं लागलं, नि प्रकरण निकालात काढावं लागलं.''

''नि पंतांनासुद्धा हा तोतया ओळखता येऊ नये?'' वृद्धेनं विचारलं.

''त्याचंच आम्हाला फार वाईट वाटतं. मनातून खूप खूप राग आला आम्हाला पंतांचा. पण पंतांची एकूण स्वराज्याची सेवा लक्षात घेऊन आम्ही ही गोष्ट तितकीशी मनाला लावून घेतली नाही. नि पुष्कळ वेळा राजकारण हे असंच असतं.''

''कसं असतं, मासाहेब?''

'' मतभेद जाहीर झाले की, शत्रूला-परक्या आणि घरच्या-सुद्धा फावतं.''

''या एका संकटातून आम्ही निभावून गेलो नाही, तोच आणखी एक संकट आमच्यापुढे दत्त म्हणून उभं राहिलं.''

''काय ग बाई तरी! आणि ते कोणतं?'' सारजानं विचारलं.

''जावजी नायकाला तोतया होण्याची हुक्की आली. तोही स्वतःला संभाजीपुत्र शिवाजी म्हणू लागला. त्यानं फौजफाटा गोळा केला आणि आमच्या मुलुखावर उपद्रव मांडला. महाराष्ट्रभर अफाट पसरलेल्या मोगली फौजेबरोबर मुकाबला करण्यात आमच्या फौजा गुंतल्या होत्या. म्हणून आम्ही या नायकाच्या तोतयेगिरीकडे जरा दुर्लक्ष केलं.''

''मग तुम्ही पुढे काय केलंत. मासाहेब?''

''सेनापती धनाजीराव जाधवांना आम्ही बोलावून घेतलं. त्यांच्या कानावर ही हकिगत घातली. त्यांचा बंदोबस्तासाठी सल्ला मागितला.''

''मग काय सल्ला दिला सेनापतींनी?''

''सेनापतींना तो तोतया खरा वाटला आणि हे समजताच आमची मती गुंगच झाली. आम्ही मनाचा निश्चय केला आणि जावजी नायकाचा तोतयेगिरीचा डाव उघड पाडला आणि सेनापतींच्या नजरेस त्यांची गैरसमजूत आणून दिली.''

''मग सेनापती काय म्हणाले?''

''काय म्हणणार! थोडे खजिल झाले. त्यांनी दिलगिरी व्यक्त केली. आम्हीही त्या गोष्टीची गंभीर दखल घेतली नाही; कारण प्रसंग मोठा बाका होता. मोगली आक्रमणापासून हिंदवी स्वराज्याचं संरक्षण करणं, ही गोष्ट प्रथम महत्त्वाची होती.''

''परंतु सेनापतींना तोतया ओळखता येऊ नये, हे खरोखरीच आश्चर्य करण्यासारखं आहे.'' वृद्धेला आश्चर्य वाटलं.

''होय. काय असेल ते सत्य त्यांचे त्यांनाच ठाऊक. मग आमची समजूत दृढ झाली की, सर्व कारभार आम्ही जातीनं पाहत आहोत तेच योग्य. माणसाचे गुण पारखायचे, तेवढ्यापुरता त्याचा उपयोग करून घ्यायचा. योग्य बिदागी त्याला द्यायचीदेखील; पण कुणाला शिरजोर होऊ द्यायचं नाही की, डोक्यावर चढू द्यायचं नाही. रामचंद्रपंत परशुरामपंतांचा मत्सर करतात आणि गिरजोजी यादवांचा आम्ही मधूनमधून सल्ला घेतो, हे धनाजींना आवडत नाही; पण स्वराज्याचा कारभार म्हटला की, अनंत हातांचा; त्याला मदत लागणं आवश्यक असतं. शिवछत्रपतींनी देशभक्तीची जी ज्योत पेटविली, तिच्या प्रकाशात मर्द मराठा मोगली आक्रमणाला टक्कर देतो आहे. कुणास काही वाटलं तरी आम्ही जास्तीत जास्त लोकांचा स्वराज्याच्या कामी उपयोग करून घेणार; कारण तसा तो घेतल्यावाचून स्वराज्याचे संरक्षण व विकास होऊच शकणार नाही.''

असं बोलून आम्ही एक समाधानाचा सुस्कारा सोडला.

"एवढ्या म्हातारपणी आणि इतक्या जिद्दीनं आलमगीर लढत आहे. आपल्या सैनिकांना प्रोत्साहन देत आहे. कोणी काही लहान-मोठा पराक्रम केला, तर त्या मानानं त्यांना रोख बक्षिसं अगर पदव्या देत आहे. त्या बक्षिसांच्या, पदव्यांच्या आणि प्रसंगी भीतीपोटी त्याचे सैनिक आणि सरदार त्याच्या आज्ञा निमूटपणे पाळत आहेत. यापासून आम्ही मराठ्यांनी पुष्कळ शिकण्यासारखे आहे, यात शंकाच नाही.''

"पण मासाहेब, असा हा आलमगीर मराठी राज्य गिळायला कितीशी फौज घेऊन दक्षिणेत उतरला?'' वृद्धेनं विचारलं.

"दीड लाख घोडदळ, चार लाख पायदळ आणि लाख-दोन लाख बाजारबुणगे घेऊन सर्व युद्धसाहित्यानिशी सज्ज होऊन तो आला असावा.''

"त्या मानानं आपण त्याच्याशी शेवटपर्यंत टक्कर दिलीत, हे एक नवलच म्हणायचं!'' सारजाला नवल वाटलं.

"नवल तर खरंच! पण याच्या पाठीमागं शिवछत्रपतींची पुण्याई आहे. आई भवानीची कृपा आहे आणि आमच्या शूर सेनाधिकाऱ्यांचे तेज, पराक्रम आहे.''

"पण हे सारं वैधव्याचा विसर पडून आपण सांभाळत आलात, याचं आम्हाला तर बाई आश्चर्यच वाटतं.''

"बायांनो, प्रसंग पडला म्हणजे मार्ग सुचतो. बळ येतं. आम्ही आई भवानीवर निष्ठा ठेवली. तिच्यापाशी वेळोवेळी बळ मागितलं. आमच्या हातून मराठी मुलखाची सेवा व्हावी, म्हणूनच हे आश्चर्य घडून आलं. इतकेच नाही, तर नवे नवे मार्ग आम्हाला कसे सुचले असते?''

"अशा कोणत्या मार्गांनी आपण लढा दिलात, मासाहेब ?'' सारजानं विचारलं.

"आलमगिराला असं स्पष्ट कळून चुकलं की, मराठ्यांचे सगळे किल्ले ताब्यात घेतल्याशिवाय त्यांना आपण जिंकू शकणार नाही. म्हणून त्यानं किल्ल्यामागून किल्ले घेण्याचा सपाटा सुरू केला. मोगली सैन्य या मुलखाला अपरिचित, सतत लढण्यामुळे कंटाळलेले आणि प्रत्येक ठिकाणी गनिमी काव्यानं मराठे त्यांचे लचके तोडत असल्यानं घाबरून गेलेले. अशा वेळी आम्ही किल्लेदारांना सांगत असू की, शिबंदी असेपर्यंत निकरानं लढा. शिबंदी संपताच तहाची बोलणी सुरू करा आणि संरक्षणाची हमी घेऊन भरपूर पैसा घेऊनच गड शत्रूच्या स्वाधीन करा–''

"मग किल्ले शत्रूच्या ताब्यात जाणारच की!''

42

''वेळ येताच ते जिंकून घेणं आम्हाला मुळीच कठीण नव्हतं; पण किल्ल्याच्या संरक्षणासाठी शत्रूच्या फौजा आम्ही अडकवून टाकल्या. वेढा घातलेल्या शत्रू सैनिकांवर रात्री-अपरात्री हल्ला चढविण्याचे हुकूम आम्ही काही सेनाधिकाऱ्यांना दिले. या हल्ल्यांं शत्रू सैनिकांची जिद्द, नीती पार धुळीला मिळाली. काही सेनाधिकाऱ्यांना आम्ही शत्रू सैनिकांची रसद तोडण्याचे हुकूम दिले. त्यामुळे शत्रूची उपासमार होऊ लागली. उत्तरेकडील सुपीक प्रदेशातून धान्य आणि पैसा शत्रूकरिता रवाना होत होता. तो वाटेतच लुटण्याचा हुकूम आम्ही काही सेनाधिकाऱ्यांना दिला आणि त्या गोष्टीचा योग्य तो परिणाम झाला.''

''मग केव्हा एकदा या मराठ्यांच्या तावडीतून सुटून आपण उत्तरेस जाऊ, असं बादशहाला झालं असेल!''

''छे! छे!, आम्ही बादशहाला जेवढं अधिक अडचणीत टाकत होतो, तेवढा अधिक तो जिद्दीला पेटत होता. महाराष्ट्र सोडून जाण्याची त्याची बिलकुल इच्छा नव्हती. उलट तो स्वत:कडे सेनापतिपद घेऊन हे धर्मयुद्ध आहे, हे आपण अल्लासाठी लढत आहोत, अल्ला आपणाला यश देणारच, असं म्हणून आपल्या सैनिकांत तो अधिकाधिक चेव आणीत होता.''

''मग आपण अशा शत्रूंशी कोणत्या नव्या युक्त्यांनी टक्कर दिलीत?''

''आम्ही आमच्या काही शूर सेनाधिकाऱ्यांना गुजरातेत, काहींना माळव्यात, काहींना तेलंगणात असे भूप्रदेशावर रवाना केले आणि शत्रूचा मुलूख नि बाजारपेठा लुटण्याचा सपाटा सुरू केला आणि आमच्या सेनाधिकाऱ्यांच्या प्रचंड पराक्रमामुळे धनधान्याची व दौलतीची कमतरता आम्हाला कधी जाणवली नाही आणि अशा परिस्थितीत आलमगिराची खात्री झाली की, हे मराठे आपल्याला आटोक्यात आणता येणार नाहीत, महाराष्ट्र जिंकता येणार नाही. महाराष्ट्रात राहावे तरी पंचाईत. दिल्लीला जावं, तर अपमान घेऊन! त्यालाही त्याची तयारी नव्हती. तो अधिकाधिक म्हातारा होत चालला आणि दोन तपाहून अधिक काळ लढूनही मराठी राज्य हाती लागत नाही या चिंतेमुळे त्याची प्रकृती बिघडू लागली. त्याची झोप तर पार उडूनच गेली.''

✠ ✠ ✠

''शक्य तितका किल्ला लढवून मनुष्यहानी टाळायची. शिबंदी संपत आली की वाटाघाटी सुरू करायच्या. भरपूर पैसे घेऊनच किल्ला शत्रूच्या स्वाधीन करायचा नि मगच किल्ला जिंकल्याचा आनंद शत्रूला उपभोगू द्यायचा. हे धोरण आम्ही तंतोतंत अमलात आणण्याचा प्रयत्न केला; पण दोन ठिकाणी आमची फसगत झाली.''

''ती कुठे? आणि कशी?'' सारजानं विचारलं.

''त्याला जबाबदार कोण? आपल्या सेनाधिकाऱ्यांच्या चुका की शत्रू वरचढ ठरला?'' वृद्धेनं शंका व्यक्त केली.

''एके ठिकाणी आमचे सेनाधिकारी चुकले; तर दुसऱ्या ठिकाणी शत्रूनं आमच्यावर मात केली.''

''मग सांगा ना ते कसं कसं नि काय काय झालं?'' अंजना-वंदना बोलून गेल्या.

''बायांनो, तोरणा किल्ल्याच्या बाबतीत शत्रू वरचढ ठरला, म्हणून आम्हाला दुःख झालं नि सिंहगडाच्या बाबतीत आमच्या किल्लेदारांची घिसाडघाई नडली नि आम्ही संतप्त झालो.''

''असं काय घडलं, सिंहगडावर?'' सारजानं विचारलं.

सिंहगडावर दोन बेरड नायकांची किल्लेदार म्हणून आम्ही नेमणूक केली होती. भरपूर शिबंदी भरून ठेवली होती. गड जिंकणं, तसं शत्रूला अवघडच होतं. एकदा तो गड घेताना सिंह कसा पडला, हे तुम्हाला ठाऊकच आहे. शिबंदी संपली नव्हती. पावसाळा तोंडावर यायला अवकाश होता. बेरड नायकानं काही रक्कम घेऊन सिंहगड शत्रूच्या स्वाधीन केला. यामुळे शत्रूचं थोडं नीतिधैर्य वाढलं.''

''अरेरे! त्यांनी असं करायला नको होतं.'' सारजाला वाईट वाटलं.

''आम्हाला या गोष्टीचा मनापासून संताप आला. आम्ही बेरडांना कडक पत्र लिहिलं; पण अखेर बैल गेला नि झोपा केला, असंच थोडंसं झालं. तरीही आम्ही उमेद सोडली नाही; कारण आम्हाला बलवत्तर आत्मविश्वास होता की, आमचे वीर मनात आणतील तर आठआठ दिवसांत एकेक किल्ला जिंकून घेतील.''

''पण मासाहेब, आपण तोरण्याची हकिगत सांगणार होता. तोरणा पडला नि तुम्हाला दुःख झालं असं म्हणाला होतात?'' वृद्धेचं कुतूहल जागं झालं.

''होय. तोरण्याच्या किल्लेदाराला पावसाळ्याच्या तोंडावर किल्ला लढविण्याचा हुकूम आम्ही दिला. तत्पूर्वी जर धान्यसाठा संपला, तर चोरवाटेनं आम्ही गडावर नवी शिबंदी

पोहोचती करू, असा हेरामार्फत निरोप आम्ही धाडला होता. किल्लेदारानं प्रामाणिकपणे आमच्या आज्ञा पाळल्या. शत्रूनं वेढा कडक केला. आयत्या वेळी त्याला बाहेरून कुमक आली. आम्ही शिबंदी पाहोचती करू शकलो नाही. शत्रूनं तोफा डागल्या. दुर्गम कडे चढून तो किल्ल्यावर गेला. मोगल आणि मराठे यांच्यात गडावर घनघोर चकमकी झडल्या. किल्लेदार शरण गेला. सुरक्षित बाहेर जाऊ देण्याच्या अटीवर त्यानं किल्ला शत्रूच्या स्वाधीन केला. शिवरायांनी जिथं स्वराज्याचं तोरण बांधलं; त्या किल्ल्यावर मोगलांचं हिरवं निशाण फडफडताना आम्हांला मनापासून दु:ख झालं. सगळ्या मोहिमेत मोगलांनी जिंकून घेतलेला हा एकमेव किल्ला. काळवेळ पाहून किल्लेदारांना निर्णय घेण्याची परवानगी आम्ही दिली असती तर थोडी मनुष्यहानी टळली असती नि थोडा पैसा हाती लागला असता.

अशा प्रकारे किल्ल्यांच्या मोबदल्यात मिळणाऱ्या अमाप पैशावर आम्ही आमच्या फौजांचे पगार भागवीत होते. प्रसंगी मठ, मंदिर आणि मशिदींना दानधर्मही करीत होतो.''

"म्हणजे ही लढाई मोठी विलक्षणच झाली म्हणायची! सारजा बोलून गेली.

आलमगीर किल्ल्यांमागून किल्ले घेत होता. साम–दाम–दंड–भेद या नीतीनं त्याला यशही मिळत होतं; पण त्याचं वेळापत्रक मात्र चुकत होतं याची त्याला खंत वाटत होती.

''काय होतं बरं त्याचं वेळापत्रक? नि त्याची एवढी खंत कशासाठी?'' वृद्धेनं विचारलं.

''साधारण वर्षा-दोन वर्षांत मराठ्यांचे शंभर एक किल्ले आपण जिंकून टाकू, म्हणजे मराठ्यांचं राज्य बुडल्यासारखंच आहे, असं गणित त्यानं मांडलं होतं; परंतु वर्षाला अटीतटीनं दोन-चार किल्ले घेण्यापलीकडे त्याची प्रगती झाली नाही नि त्यातला एखादा किल्ला जेव्हा आम्ही परत जिंकून घेत असू तेव्हा म्हातारा त्रागा करून घेत असे. थोडा निराशही होत असे; पण तसं असलं तरी आलमगीर मोठ्या जिद्दीचा.

बायांनो, खरोखरीच शत्रू असावा तर आलमगिरासारखा. मोठा युक्तिबाज तसा कावेबाजही. आमचा जिंकलेला मुलूख त्यानं आपल्या सरदारांना वाटून टाकला नि जहागिरीच्या लोभानं त्याच्या सरदारांनी त्या त्या मुलखात आपले डेरे ठोकले.''

''म्हणजे कठीणच म्हणायचं! त्याच्या सरदारांनी आमच्या प्रदेशात कायम राहायचं, म्हणजे संकटच!'' अंजना घाबरत म्हणाली.

''मग अशा कठीण परिस्थितीला तुम्ही तोंड कसं दिलंत?'' वंदनानं विचारलं.

''आम्ही आमचं चित्त ढळू दिलं नाही. आम्ही तोडीस तोड लढवून या परिस्थितीचा फायदा उचलण्याचं ठरविलं.''

''तो कसा काय बाई?''

''तोच मुलूख आम्ही आमच्या सरदारांत तंतोतंत त्याच प्रकारानं वाटून टाकला. म्हणजे एकाच मुलखावर दोन वतनदार. ठिकठिकाणी चकमकी झडल्या आणि या सर्व चकमकीत मोगलांची हैराणगत झाली. त्यांच्या फजितीला पारावार उरला नाही. त्यांना मुलूख परका. त्यांची रसद आणि खजिन्याची आवक कमी झालेली. थकलेला आलमगीर अहमदनगरास कायम मुक्कामास गेलेला. तिथून त्याला काहीच करता येईना. त्याच्या कानावर फक्त बातम्या जायच्या त्याच्या सरदारांच्या पराभवाच्या.''

''म्हणजे चांगलीच फजिती केलीत म्हणायची त्याची!'' वृद्धेनं समाधान व्यक्त केलं.

''नाही तर काय. माणसाचं राजकारण संपलं म्हणजे तो धर्मकारणाचा आश्रय घेतो. असहाय्य मन:स्थितीत आपल्या सरदारांना विजय मिळावा, म्हणून त्यानं त्यांच्याकडे मंतरलेले ताईत पाठविले आणि याच वेळी आम्हाला एक नवी युक्ती सुचली.''

''ती कोणती?'' सारजानं अधीरतेनं विचारलं.

''आम्ही आमच्या सैन्याच्या एका विभागाला प्रत्यक्ष आलमगिरावर चालून जाण्याचा हुकूम दिला.''

''असं आपण का बरं केलंत?'' वृद्धेनं विचारलं.

''त्याच्या निराश मनाला आमचा अधिक धाक बसावा म्हणून.''

''मग ही युक्ती नामी ठरली का?'' सारजानं शंका विचारली.

''तंतोतंत नामी ठरली. मराठ्यांचे धाडसी हल्ले आलमगिराच्या फौजेनं परतवून लावले; पण याचवेळी आलमगीर समजून चुकला की, आपण सव्वीस वर्षं लढतो आहोत; पण निर्णायक जय आपण मिळवू शकणार नाही. त्याला आणखी धाक दाखविण्यासाठी आम्ही आमच्या काही फौजा गुजरातेत, गोवळकोंड्यात, तेलंगणात, मोगलांच्या मुलखाची लुटालूट करण्यासाठी धाडल्या. त्यांच्या कामगिऱ्या यशस्वी झाल्याच्या बातम्या प्रथम औरंगजेबाच्या कानावर घालण्याची व्यवस्था आम्ही केली.''

''ती कशी?''

''पटाईत, धाडसी, चतुर हेराकरवी. आलमगीर निराश होत होता. आमचा आनंद गगनात मावत नव्हता.''

त्याच वेळी आमच्या एका हेरानं बातमी आणून दिली की, आलमगिरानं अंथरूण धरलं आहे. त्याची झोप उडून गेली आहे. त्याचा लाडका आणि विश्वासू सेनापती त्याला उत्तरेत जाण्यासाठी विनवीत आहे; पण म्हातारा आपली जिद्द सोडायला तयार नव्हता.

❖ ❖ ❖

आलमगीर आजारी पडला. वैद्य, हकीमांचे उपचार सुरू झाले. सरदारांच्या गाठीभेटी कमी झाल्या. नजराणे स्वीकारणं बंद झालं. बऱ्याच दिवसांत दरबार भरविला गेला नव्हता. तशातच त्याच्या मृत्यूची अफवा पसरवण्यात आली. हे त्याला त्याच्या हेरांकडून कळलं.

आलमगिराला वाटलं ही बातमी मराठ्यांनीच उठविली असावी. चौकशीअंती त्याची खात्री झाली की, या बातमीच्या बुडाशी मोगल आहेत की जे युद्धाला कंटाळले होते, उत्तरेकडे जायला अधीर झाले होते. मराठ्यांनी फक्त ती पसरविली.

''मग काय वाटलं आलमगिराला?'' सारजानं विचारलं.

''मोठ्या बिकट प्रसंगात सापडला बिचारा!'' त्यानं एक युक्ती केली. ताबडतोब

दरबार भरविला. आसपासचे व दूरचे प्रमुख सरदार बोलाविले गेले. उंची पोषाख घालून आलमगीर दरबारात विराजमान झाला. तथापि त्याचं रूप व उसनं अवसान पाहून बहुतेक दरबारवासी काय उमगायचं ते उमगलेच.''

''मासाहेब, त्यानं हा दरबार कशासाठी भरविला होता?'' अंजना म्हणाली.

''काय मिळविणार होता तो हा दरबार भरवून?'' वंदनानं री ओढली.

''मोठा डाव आखला होता त्यानं. त्यानं दरबारात घोषणा केली की, अल्लाच्या आशीर्वादानं काफिरांविरुद्ध मी धर्मयुद्ध पुकारलं आहे.''

''अल्लाच्या इच्छेनं मी ते जिंकणारच, त्याशिवाय दिल्लीला जाणार नाही.''

''त्यानं दरबारात अनेकांना देणग्या दिल्या. शूरांना नावाजले. खिरापती वाटल्या आणि सर्वांना नव्या दमानं लढण्याचा आदेश दिला.''

''मग याचा काय परिणाम झाला त्याच्या सरदारांवर नि सैनिकांवर?'' सारजानं विचारलं.

''लढण्याची त्याची जिद् वाढू शकली नाही; पण एक गोष्ट सिद्ध झाली की आलमगीर जिवंत आहे, तो जोमानं लढू इच्छितो. गादी मिळवण्यासाठी टपलेले त्याचे शहाजादे हात चोळीत गप्प बसले; पण त्याची ही कृती विझण्यापूर्वी दिवा मोठा व्हावा अशी होती. आमच्या मराठी फौजा मोगलांबरोबर समोरासमोर लढून सर्वत्र विजयी होत होत्या.

आलमगिराच्या निराशेत भर पडत गेली. त्याला सर्व काही कळून चुकलं. आपल्या मुलांच्या नेमणुका त्यानं दूर दूर केल्या.''

''म्हणजे! आपला अंतकाळ जवळ आलाय असं तर त्याला वाटलं नाही?'' वृद्धेनं विचारलं.

''होय, केलेल्या कृत्यांचा त्याला पश्श्चात्ताप वाटत असावा; पण या कपटकुशल जबरदस्त जिद्दीच्या अवलिया आलमगिरानं जे उद्गार काढले, त्यावर आम्ही बेहद्द खूष आहोत.''

''काय उद्गार काढले आलमगिरानं?'' अंजना म्हणाली.

''काय म्हणाला तो मरताना?'' वंदनानं री ओढली.

''तो उद्गारला, पुन्हा पुन्हा उद्गारला–'' मासाहेब थोड्याशा गंभीर झाल्या.

''सांगा ना मासाहेब, त्या आलमगिराचे उद्गार!'' सारजा म्हणाली.

''तो म्हणाला–'शिवाजी की बहू शिवाजीसेही बहू.' पुढे आम्हाला वाटलं त्याच्या ताब्यातले किल्ले स्वराज्यात सामील व्हायला आता फारसा अवधी लागणार नाही आणि असंही वाटलं की, दिल्लीच्या राजकारणाला ऊत येईल. मोगल उत्तरेस जातील. महाराष्ट्र निष्कंटक बनेल. तरी एका गोष्टीची खंत आम्हाला लागून राहिली.''

''कशाची खंत, मासाहेब?'' वृद्धेनं विचारलं.

''आमच्या जाऊबाई–मराठ्यांच्या महालक्ष्मी येसूबाई– आणि त्यांचे सुपुत्र शाहूराजे यांची सुटका आम्ही करू शकलो नाही.''

''खरंच त्याची सुटका झाली असती, तर दुधात केशर पडलं असतं,'' वृद्धा म्हणाली.

''आमचा प्रयत्न थोडी स्थिरता येताच त्यांना मुक्त करण्याचाच राहील. त्याकरिता केवढीही जबरदस्त किंमत आम्हाला द्यावी लागली तरी ती आम्ही देऊ.'' मासाहेबांनी एक दीर्घ उसासा टाकला. त्या भानावर आल्या नि म्हणाल्या,

''बायांनो, पहाट व्हायला आली, जा आता. दोन तास तरी झोप काढा.''

''मासाहेब, काय विलक्षण कहाणी आहे तुमची! महाराष्ट्रात ह्या मायमाउलींनाच नव्हे तर मर्दमराठ्यांनासुद्धा ती मोठी प्रेरक ठरेल यात शंकाच नाही.'' उठता उठता वृद्धा बोलून गेली.

बैठक संपली. सर्वजणी झोपायला निघून गेल्या. मन हलकं झाल्यामुळे थोडीशी झोप लागेल, असंही मासाहेबांना वाटलं.

✠ ✠ ✠

चिंतन नि चिंता

रात्रभर जागरण झालं होतं, तरीही ताराऊ मासाहेब लवकर उठल्या. आठ वाजता पंत नि इतर मंडळी यावयाची होती. मासाहेबांनी स्नान, देवपूजा, उरकून घेतली. आजच्या देवपूजेत त्यांचं मन जास्त रमलं होतं.

थोडा फेरफटका मारावा असं त्यांना वाटलं. दोन संरक्षक शिलेदारांसह वाघ दरवाजावरून पुसाटीच्या बुरुजाकडून त्या जाऊन आल्या. बालराजांनी बैठकीची व्यवस्था केली होती. मासाहेब आल्याचे कळताच बालराजे समोरे गेले. त्यांनी घोड्याचा लगाम पकडला. मासाहेब घोड्यावरून उतार झाल्या. शिपायानं घोडा पागेकडे नेला. पंत, गडकरी, पाटील सर्व मंडळी वेळेवर आली. ताराऊ मासाहेबांनी त्यांच्या मुजऱ्याचा स्वीकार केला. सर्व आसनावर बसले. पंत मातब्बर, मुरब्बी, मुत्सद्दी होते. त्यांनी बोलण्यास प्रारंभ केला. ते म्हणाले,

"मासाहेब, खरोखर तुळजाभवानी प्रसन्न झाली. तिनं आपणाला अपूर्व यश दिलं.

आपण धन्य आहात.''

''होय पंत, भवानीची कृपा तर खरीच! पण या यशानं आपण हुरळून जाता कामा नये. गाफील त्याहून राहता कामा नये. झाल्या कामापेक्षा व्हायचं काम खूप आहे. सर्व धोके टळले असं नाही. डोळ्यांत तेल घालून लवकरात लवकर हिंदवी स्वराज्य ताब्यात घेण्याची, वाढविण्याची गरज आहे.''

गडकऱ्यांनी शंका विचारली, ''हुजूर, कसले धोके आपल्या नजरेसमोर आहेत?''

''आज आम्ही आमचे विचार मुक्त मनानं आणि स्पष्टपणानं मांडणार आहोत. जरूर तिथं अनुभवी पंत आपली मतं मांडतील, आम्हाला दुरुस्त करतील.''

''मासाहेब,'' पंत बोलू लागले. ''आपण बोलावं, आपल्या चरणी निष्ठेची शपथ आम्ही पुन्हा घेऊ. आपल्या भावी योजना अंमलात आणण्याचा प्रयत्न करू. अस्मानी आणि सुलतानी संकटांना तोंड देता देता आपण आजवर जी पावलं टाकलीत ती अचूक होती. आम्ही कचरत होतो, शंकित होत होतो.''

''पंत, तुमच्या निष्ठेच्या हमीमुळे आम्ही आज समाधान पावलो. तुमच्या बाबतीत झालेल्या गोष्टी आम्ही विसरून जाणार आहोत.''

''मासाहेब, आपल्या मनात काही शंका होत्या?'' पंतांनी गंभीरपणे विचारलं.

''बाळराजांच्या मौंजीबंधनाला तुम्ही मनापासून पाठिंबा दिला नाहीत. येसाजी मालुसऱ्यांनी केलेल्या अपराधाबद्दल त्यांना वेळीच शासन करण्यात तुम्ही कुचराई

केलीत. जिंजीहून धन्यांचे हुकूम जेव्हा नि जसे येत होते ते तुम्ही योग्य वेळी आमच्या कानांवर घातले नाहीत. पंत, पण आम्ही हे सारं आमच्या मनातून काढून टाकलं आहे. तुम्ही राज्याचे हुकूमतपन्हा आहात आणि एकनिष्ठही आहात. भावी संकटातून तुमची निष्ठाच हिंदवी स्वराजाला वाचवेल याची आम्हांस खात्री वाटते.''

''हुजूर,'' पाटील बोलताना थोडे कचरले.

''बोला पाटील,'' ताराऊ मासाहेबांनी त्यांना धीर दिला. ''मनात उगाच विकल्प नको.''

''हुजूर, आलमगीर निधन पावल्याची बातमी कालच आली. त्याबद्दल महोत्सव करण्याचं सोडून–''

''तुम्ही बिलकुल चुकताहात पाटील. मोगलांची नीती आणि मराठ्यांची नीती यात जमीनअस्मानाचं अंतर आहे. थोरले शिवछत्रपती गेले, शंभूराजांची क्रूर हत्या झाली, रायगड-जिंजी पडले; धनी आकस्मिक आणि अनपेक्षित सिंहगडावर कालवश झाले. या प्रत्येक प्रसंगी आलमगिरानं उत्सव साजरा केला. पण आम्ही मराठे–''

''बोला मासाहेब, बोला! आपली पवित्र अमृतवाणी ऐकण्यासाठी आम्ही अधीर झालो आहोत,'' गडकऱ्यांना राहवेना.

''आलमगीर निधन पावला. त्याचे दोष आता आम्हांला आठवत नाहीत. त्याचे गुणच आठवतात. नव्वदीत येऊनसुद्धा त्यानं जिद् टाकली नाही. सरदारांना किल्ले घ्यायला जमेनात, म्हणून सैन्याचं नेतृत्व त्यानं स्वत: केलं. प्रचंड हानी होत होती. सैनिक मरण

पावत होते; पण लढा मध्येच सोडावा असं त्याला वाटलं नाही. प्रत्येक खेपेला त्यानं नव्या नव्या साम–दाम–दंड–भेद इत्यादींचा अवलंब केला. आम्ही मराठ्यांनी त्याच्यापासून पुष्कळ शिकण्यासारखं आहे; पण जाऊ द्या. आमच्या मनात भीती आहे ती निराळीच.''

''मासाहेब, कशाची भीती वाटते आपणाला?'' पंत उद्गारले.

''पंत, आलमगिरासारखा जबरदस्त शूर आणि क्रूर शत्रू होता म्हणून आपलं ऐक्य टिकलं. त्या ऐक्याला तडा जाण्याची शक्यता निर्माण झाली तर?''

''ती कशी?'' गडकऱ्यांच्या तोंडून नकळत उद्गार गेले.

''आमचे सरदार लुटीतला काही माल परस्पर आपल्या वतनात जमा करीत आहेत. आमच्या कडक शिस्तीमुळे काही सेनाधिकारी दुखावले आहेत. घोरपडे मंडळी अजून स्वराज्याशी व्हायला हवीत तितकी एकरूप झाली नाहीत; आणि धनाजी जाधव–''

''प्रत्यक्ष सेनापतींच्याबद्दल आपल्या मनात शंका?'' पंतांनी आश्चर्य व्यक्त केलं.

''होय पंत, गिरजोजी यादवांबरोबर त्यांचा झालेला संघर्ष काय दर्शवितो? पंत, तुम्ही निष्ठावंत आहात, म्हणून आम्ही सांगतो. सिंहगडाच्या वेढ्याच्या वेळी शाहूराजे आले असताना त्यांच्याशी लगट करण्याची धनाजींची आतुरता आम्ही हेरली होती. पंत, खरा धोका हाच आहे–''

''तो कोणता मासाहेब?''

''आपण समजतो तितके मोगल बिनडोक्याचे नाहीत. ते उत्तरेला निघून जातील. दिल्लीच्या तख्तासाठी आलमगिराच्या पुत्रांत जबरदस्त चकमकी उडतील. पण गोडीगुलाबीनं गोंजारून कान भरून शाहूराजाला त्यांनी मुक्त करून दक्षिणेत पाठवलं तर–?''

''तर काय मासाहेब?'' अंगावर शहारे आल्यासारखे पंत, गडकरी आणि पाटील एकदम उद्गारले.

''तर त्या मोगलाच्या मांडलिकाशी आम्ही प्राणपणानं लढूच लढू. आणि पंत, तुम्ही सोडून मग अनेक सरदारांच्या निष्ठेची परीक्षा ठरेल. आम्ही प्रथम शंका घेऊ ती धनाजींची.''

''मासाहेब, हे सारं उद्याचं आहे. आपण ध्यानात ठेवू. प्रसंग आलाच तर तोडीस तोड काढून विरोध करू. आज तरी सर्वांवर वरकरणी विश्वास टाकायला हवा. किल्ले घ्यायचे आहेत. मुलूख जिंकायचा आहे. त्रासलेल्या प्रजेला सुखशांतीचे चार दिवस दाखवायचे आहेत.''

"पंत,'' निश्चयी सुरात मासाहेब म्हणाल्या, "ते तर आपण करूच करू; पण ही शाहूराजांची भीती आमच्या अंतर्मनातून काही केल्या जात नाही; कारण आलमगिराच्या एका शाहजाद्यांच्या मनात ही कल्पना गेली काही वर्ष घोळत होती, ती त्यानं आपल्या बापापुढं मांडलीसुद्धा होती.''

"मग तो गप्प का बसला?'' पाटलांनी विचारले.

"त्याचा शंकेखोर स्वभाव!'' ताराऊ मासाहेब खुलासा करू लागल्या. "आपले काही सरदार शाहूला मिळतील नि आपल्यालाच दक्षिणेतून घालवून देतील असं त्याचं मन त्याला खात होतं. स्वतःवरून जगाची परीक्षा करीत होता तो. असो. पंत–"

"बोला मासाहेब.''

"पंत, गुजरात, विदर्भ, माळवा, वऱ्हाड, खानदेश, आंध्र, कर्नाटक इकडे झुंजत असलेल्या आमच्या उमद्या उमरावांना नि शूर सेनाधिकाऱ्यांना निर्वाणीचे खलिते धाडा. त्यांनी गाजविलेल्या पराक्रमाची प्रथम आम्हाला दखल घ्यायची आहे. त्यांचा सन्मान करायचा आहे. त्यांच्याकडून निष्ठेच्या शपथा घ्यायच्या आहेत आणि मग भावी हालचालीबद्दल त्यांना मार्गदर्शन करायचं आहे.''

कपाळाच्या आठ्या सैल करीत ताराऊ मासाहेबांनी दरबार बरखास्त केला. मुजरे झडले. मंडळींनी स्वयंस्फूर्तीने 'भद्रकाली महाराणी ताराबाई की जय!' अशी त्रिवार घोषणा दिली आणि सारेजण नव्या उत्साहानं आपल्या पुढील उद्योगाला लागले.

✠✠✠

महाराणी ताराबाईकालीन महत्त्वाच्या सनावली

१६७४	सेनापती प्रतापराव गुजर यांचा नेसरीखिंडीत मृत्यू
१६७४	हंबीरराव मोहिते यांची सेनापतीपदावर नियुक्ती
१६७४	शिवराज्याभिषेक
१६७४	जिजाऊ मासाहेबांचा मृत्यू
१६७५	महाराणी ताराबाईंचा जन्म (तळबीड)
१६८०	शिवछत्रपतींचा मृत्यू (३ एप्रिल)
१६८१	आलमगिराचे प्रचंड फौजेनिशी दक्षिणेत आगमन
१६८५	महाराणी ताराबाईंचे छत्रपती राजारामांशी लग्न
१६८७	सेनापती हंबीरराव मोहिते यांचा मृत्यू
१६८९	छत्रपती संभाजीराजांचा निर्घृण वध
१६८९	छत्रपती राजाराम महाराजांचे अधिकारग्रहण
१६८९	रायगड पडला
१६८९	छत्रपती राजाराम महाराजांचे जिंजीस प्रयाण
१६८९	महाराणी ताराबाईंची राजमंडळाच्या प्रमुखपदी नियुक्ती
१६९४	महाराणी ताराबाईंचे गुप्तमार्गे जिंजीस प्रयाण
१६९६	महाराणी ताराबाईंना पुत्रप्राप्ती (दुसरा शिवाजी)
१६९७	संताजी घोरपडे यांचा वध
१६९८	जिंजी पडली
१६९८	छत्रपती राजाराम व महाराणी ताराबाई यांचे महाराष्ट्रात सुखरूप आगमन
१७००	छत्रपती राजाराम महाराजांचा सिंहगडावर मृत्यू
१७०० ते १७०२	महाराष्ट्रात भयानक दुष्काळ
१७०२	पन्हाळा, विशाळगड, सिंहगड शत्रूच्या स्वाधीन
१७०४ ते १७०५	महाराणी ताराबाईंनी गेलेले सर्व किल्ले परत घेतले. महाराणी ताराबाईंनी आपल्या फौजा माळवा, आंध्र, कर्नाटक, त्रिचनापल्ली इत्यादी ठिकाणी घुसवून प्रचंड लूट आणून आलमगिरास धाक घातला.

१७०६	आलमगिराच्या अहमदनगर छावणीवर सेनापती धनाजी जाधवांचा हल्ला
१७०६	महाराणी ताराबाईंनी आलमगिराचा तहप्रस्ताव फेटाळला.
१७०७	औरंगजेबाचा मृत्यू
१७६१	महाराणी ताराबाईंचा मृत्यू

अमृतबोल आणि गौरवगान

पावनगडचा किल्लेदार विठोजी केसरकर याला ताराबाई लिहितात–

'... किल्ले मजकुरास कस्त करून गनिमास नतिजा पावविता ये गोष्टीने तुमचा मुजरा झाला. पुढेंही येच रीतीने हुषारी खबरदार पाहून गनिमास ठेवा देणे... तुम्ही अंगेजणी करून मोर्चियावरी जाऊन मोर्चा शर्तींनिशी मारून काढणे आणि आपला नामोश करून घेणे. स्वामी तुमचे उर्जित करतील. जाणिजे.' (५ फेब्रु. १७०१)

– महाराणी ताराबाई

'... रामराजाची थोरली बायको ताराबाई हिने आपल्या तीन वर्षाच्या मुलाला राजारामाच्या जागी बसविला. तिने सगळा कारभार आपल्या हाती घेतला. सरदारांच्या नेमणुका, त्यांच्या बदल्या, राज्याचा कारभार बादशाही मुलखावरील हल्ले, या सर्व गोष्टी तिच्या तंत्राने चालू लागल्या. तिने आपल्या सैन्याची योजना अशी केली की, दक्षिणचे सहा सुभे, सिरोंज, मंदसोर आणि माळव्याच्या सरहद्दीपर्यंत मराठ्यांनी धामधूम उडविली. बादशहाने आपली हयात मोहिमा करणे आणि किल्ले घेणे यात घालविली. तिच्याविरुद्ध तो शेवटपर्यंत लढत राहिला; पण काफरांचे बळ आणि बंडही दिवसेंदिवस वाढतच गेले.'

– खाफीखान

राजश्री प्रतापराव मोरे यासी आज्ञा केली ऐसीजी–

...अगत्य धरून फौजेनिशी औरंगजेबाचा कबिलाबाड मारून हैराण करणे... औरंगजेबास सोडून दुसरे (कडे) सर्वता नज जाणे. समोपच राहोन स्वामी खुशाल या जागा राहात ते करणे. राज्य राखणे तुमचे सेवेचा मुजरा होय असी गोष्टी करणे. जाणिजे बहुत काय लिहिणे...

– महाराणी ताराबाई

'...आता त्यांना (मराठ्यांना) मोगलांची किंचितही भीती राहिली नसून ते एखाद्या जेत्याप्रमाणे मिरवत असतात.'

– मनुची

'राम (राजाराम) हा जिंजीहून निघून स्वदेशी आला आणि मरण पावला. त्यांच्या अल्पवयी मुलाला त्यांच्या जागी बसविण्यात आले; पण सगळा कारभार त्याच्या आईच्या (ताराबाईंच्या) हातात आला. तिने इतकी उत्तम व्यवस्था केली की, मराठे सरदार तिच्या आज्ञेशिवाय काही करीत नसत. ताराबाईचा आपल्या नवऱ्यापेक्षाही अधिक असा दरारा होता.'

– भीमसेन सक्सेना

'मराठे कावेबाज आहेत. बऱ्याच वेळा ते मोगलांना किल्ला घेऊ देतात. मोगलांकडून त्या किल्ल्यात साधनसामग्रीची चांगली व्यवस्था होईपर्यंत थांबतात आणि मग मोगलांनी किल्ला काबीज करताना दखविलेल्या तत्परतेहून अधिक तत्परतेने तो हस्तगत करतात.
मराठ्यांचे सर्व किल्ले जिंकून घ्या(य)ची मनची महत्त्वाकांक्षा बादशहाने सोडली नाही तर त्याला जेवढी वर्षे तो जगला आहे, तेवढीच वर्षे आणखी जगावयास हवीत.'

– मनुची

तारा गौरवगीत

सम्राज्ञी ना, समरकुशला लोकनेत्री प्रतापी
सत्तांधांना नमवुनि रणी आपुले राज्य स्थापी
नारी नोहे, अमर जगती ज्योत ही पौरुषाची
ताराराणी जननि अमुच्या अस्मितेची, यशाची

पद्मभूषण ग.दि. माडगूळकर